மாயமான் வேட்டை

சிறுகதைத் தொகுப்பு

மாயமான் வேட்டை

சிறுகதைத் தொகுப்பு

சாரு நிவேதிதா

எழுத்து
பிரசுரம்

Title: Maayamaan Vettai
Author's Name: Charu Nivedita

Published by Ezutthu Prachuram

Ezutthu Prachuram
(An imprint of Zero Degree Publishing)
No. 55(7), R Block, 6th Avenue,
Anna Nagar,
Chennai - 600 040

Website: www.zerodegreepublishing.com
E Mail id: zerodegreepublishing@gmail.com
Phone: 89250 61999

Ezutthu Prachuram First Edition: January 2026
ISBN: 978-93-47206-00-9
TITLE NO EP: 628

Rs. 160/-

Cover Design: Negizhan
Layout: Vijayan, Creative Studio
Printed at Rathna Offset Printers, Chennai, India

பொருளடக்கம்

தீபாவளி

இப்போது நான் கடுமையான வேலை நெருக்கடியில் இருக்கிறேன். எந்தக் காரணத்தைக் கொண்டும் இப்படியெல்லாம் கதைகள் எழுதிக்கொண்டிருக்கக் கூடாது. அத்தனை வேலை குவிந்து கிடக்கிறது. இருந்தாலும் இந்த விஷயம் மனதை நெருடிக்கொண்டிருந்ததால் எழுதத் துணிந்தேன்.

தீபாவளிக் கொண்டாட்டம் எனக்குப் பிடிக்காது. காரணம், மற்ற ஜீவராசிகள் வெடிச் சத்தத்தால் படும் தாங்கொணாத் துன்பம். நேற்று மாலையிலிருந்தே காகங்கள் பதற்றத்திலும் பீதியிலும் கதறிக்கொண்டிருக்கின்றன. வீட்டைச் சுற்றியிருக்கும் நானாவிதமான மரங்களிலும் நூற்றுக்கணக்கான காகங்கள் வசிக்கின்றன. அவற்றின் இடைவிடாத பயக் கூச்சல் நெஞ்சைப் பிழிகிறது. அதை அடுத்து, நாய்களும் பூனைகளும் படும் துன்பம். அவற்றின் செவிகள் மிகவும் நுண்மையானவை. நமக்குக் கேட்கும் வெடிச் சத்தம் அவைகளுக்கு நூறு மடங்கு அதிகமாகக் கேட்கும். ச்சிண்ட்டூவுக்குப் பைத்தியமே பிடித்து விடும் போல் தெரிகிறது. அது பிறந்த பிறகு அதற்கு இது முதல் தீபாவளி என்பதால் வெடிச் சத்தம் புதிது. பீதியில் அங்குமிங்கும் அலைகிறது. நாய்களைக் குறித்து சொல்லவே வேண்டாம்.

இப்படியெல்லாம் மனிதர்கள் தங்களைச் சுற்றியுள்ள ஜீவராசிகளை சற்றும் கருணையின்றி ஹிம்சை செய்யும் தீபாவளியை எப்படி என்னால் ரசிக்க முடியும்? இது தவிர, பண்டிகை தினங்களில் கிடக்க வேண்டிய பட்டினி இன்னொரு துன்பம். எல்லா இந்துப்

பண்டிகைகளிலும் எனக்கு இந்தத் துன்பம் உண்டு. விதவிதமாக எவ்வளவு பண்ணினாலும் பூஜைக்குப் பிறகுதான் சாப்பிட முடியும். பூஜை முடிய மதியம் மூன்று மூன்றரை ஆகும். எனக்கோ பனிரண்டரைக்கே பசிக்க ஆரம்பித்து விடும். மூன்று மணி நேரம் பசியில் துடிக்க வேண்டும். வாழைப்பழம், பாதாம்பருப்பு என்று கண்டது கடியதையும் போட்டாலும் அதெல்லாம் யானைப் பசிக்கு சோளப் பொறி. இது பற்றி சென்ற ஆண்டு வைதேகியிடம் கலந்து பேசி ஒரு உடன்படிக்கைக்கு வந்தோம். அதாவது, பூஜையை இரண்டு மணிக்குள் முடித்துக் கொள்வதாக ஒப்பந்தம்.

இந்த நிலையில் கடந்த ஒரு வாரமாக பணிப்பெண் இல்லை. இரண்டு பேர் உள்ள வீட்டுக்குப் பணிப்பெண்ணே தேவையில்லை. ஆனால் எங்களுடைய இரண்டு நாய்களும் இருபது குழந்தைகளுக்குச் சமமாயிற்றே? நான் பாத்திரம் தேய்க்கிறேன் என்று முன்வந்தால் வைதேகி சண்டைக்கு வந்து விடுவாள். துணிகளையும் வாஷிங் மெஷினில் போட மாட்டாள். கையாலேயே துவைப்பாள். பலருடைய வீடுகளில் ட்ரெட் மில் துணி காய வைக்கப் பயன்படுவது போல் எங்கள் இல்லத்தில் வாஷிங் மெஷின் எந்தப் பயனும் இன்றித் தூங்குகிறது. ஐம்பத்து ஐந்து வயதில் ஒரு மூட்டை துணியைக் கையால் துவைத்து விட்டு, பாத்திரத்தையும் தேய்த்து விட்டு… இதற்கு மேல்தான் இருக்கிறது பெரிய பிரச்சினை. வீடு பூராவும் கூட்டிப் பெருக்கி, ஈரத் துணியால் துடைக்க வேண்டும். தாவு தீர்ந்து விடும். தரைத் தளம்; முதல் தளம். இரண்டு தளங்கள். இத்தனை ஆடம்பரமும் ஸோரோ என்ற க்ரேட் டேனுக்காக. லேப்ரடார் என்றால் ஏதாவது ஒரு அடுக்குமாடிக் குடியிருப்புக்குப் போய் விடலாம். குதிரைக் குட்டி போல் இருக்கும் க்ரேட் டேனை வைத்துக் கொண்டு எப்படி அடுக்குமாடிக் குடியிருப்புக்குப் போவது? நினைத்துப் பார்ப்பது கூட சாத்தியமில்லை.

அப்போதே சொன்னேன் இல்லையா என்று சொன்னால் சிலருக்குக் கோபம் வரும். ஆனால் என்ன செய்ய? நான் அப்போதே வைதேகியிடம் சொன்னேன், இதற்கெல்லாம் நமக்கு ஆள் பலமும் பண பலமும் வேண்டும்; வளர்க்க வேண்டாம்; பப்பு (லாப்ரடார்) மட்டும் போதும். ம்ஹூம். வைதேகி கேட்கவில்லை. புத்திசாலியான மோகனிடம் சொன்னேன். ஒரு நாய் போதும்; ஸோரோவைத் திருப்பிக் கொடுத்து விடு என்றேன். வீட்டுக்கு

எடுத்து வந்த போதே சொன்னேன். மிகச் சிறிய குட்டி. என் பேச்சைக் கேட்கவில்லை.

தீதும் நன்றும் பிறர் தர வாரா. ஆனால் நான் இன்னும் கொஞ்சம் கடுமையாக இருந்திருக்க வேண்டும். அதிகாரத்தைக் காண்பித்திருக்க வேண்டும். முட்டாள்தனமான காரியத்தை எக்காரணம் கொண்டும் அனுமதித்திருக்கக் கூடாது. இப்போது ஸோரரோவின் உணவுக்காக மாதாமாதம் நான் ஒவ்வொரு நண்பரிடமும் பிச்சை வாங்க வேண்டியிருக்கிறது. அது போக, வைதேகி ஒவ்வொரு நாளும் ரத்தக் கண்ணீர் வடிக்கிறாள். மனிதருக்கு மனிதர் இடையேயுள்ள கலாச்சார வித்தியாசங்களும் சமயங்களில் என்னை பைத்தியக்கார ஆஸ்பத்திரிக்கு அனுப்பி விடும் போல் இருக்கிறது. துணிகளை வாஷிங் மெஷினில் போட்டால் என்ன ஐயா? கையால்தான் துவைப்பேன் என்கிறது ஒரு கலாச்சாரம். பாத்திரங்களை நான் தேய்த்தால் என்ன? ஆண் மகன் பாத்திரம் தேய்க்கக் கூடாது என்கிறது கலாச்சாரம். இப்படி ஒரு பெண் ரத்தக் கண்ணீர் விடுவதையும் தினம் தினம் மூன்றரை மணிக்கு மதிய உணவு சாப்பிடுவதையும் எப்படி சகித்துக் கொள்வது? நேற்று வைதேகி, ”கடவுளே, என் வாழ்க்கையை நான் எப்போதுதான் வாழ்வது? எனக்கு இந்தத் துன்பத்திலிருந்து விடுதலையே கிடையாதா?” என்று அரற்றுகிறாள். மாதச் சம்பளம் பத்தாயிரம் தருகிறேன் என்றாலும் இந்தப் பணக்கார ஏரியாவில் ஆட்கள் கிடைக்கவில்லை. சமையலுக்கு மட்டுமாவது ஆள் போடலாம் என்றால் அங்கேயும் கலாச்சார அனாச்சாரம். பிராமணப் பெண்கள் நான் வாங்கி வரும் மீனைக் கண்டு அலறி ஓடுகிறார்கள். சரி, அ-பிராமணப் பெண்ணை அமர்த்தலாம் என்றால் அவர்கள் செய்யும் காரியங்களைப் பார்த்து வைதேகி அலறி ஓடுகிறாள். சமைக்கும் போதே மூக்கு சிந்தினால் என்ன பெருமாள் செய்வது? மிளகாய் நெடியில் மூக்கிலிருந்து ஜலம் ஓடியிருக்கும் அம்மு என்பேன். அது சரி பெருமாள், கையை உடனே சோப்புப் போட்டுக் கழுவ வேண்டாமா? அப்படியே புடவையில் சிந்தி விட்டு அதே கையால் சமைப்பதா? ஆள் அந்த க்ஷணமே டிஸ்மிஸ்ட்.

காலை ஆகாரம் எனக்கு வெளியேதான். சாயி மெஸ், மகா முத்ரா, மாரிஸ் ஓட்டல், டேவிட் இட்லி கடை, இத்யாதி இத்யாதி. சில விடுமுறை தினங்களில் நண்பர்கள் தங்கள் வீட்டுக்கு

அழைத்துச் செல்வார்கள். இரவு பழ உணவு. மதியத்துக்கு மட்டுமே வீட்டுச் சமையல். அதற்குத்தான் இத்தனை தடங்கல். இன்று நண்பர்கள் யாரும் பார்க்குக்கு வரவில்லை. ஃபோன் செய்த நண்பர் ஒருவர் தன் வீட்டுக்கு அழைத்தார். போகலாம். ஆனால் அவர் வீட்டில் அவருடைய மாமனார், மாமியார், பெற்றோர் என்று ஒரு கூட்டமே வந்திருந்தது. மேலும், அவர்கள் புத்தாடை அணிந்து கொண்டிருக்கும் போது நான் வேர்க்க விறுவிறுக்கப் போய் நின்றால் சரியாக இருக்காது. தனியாகவே சாயி மெஸ் போனேன். பூட்டியிருந்தது. போயிருக்கக் கூடாது. தீபாவளி. எக்காரணம் கொண்டும் சரவண பவன் செல்வதில்லை. மகா முத்ரா போய்ப் பார்க்கத் தெம்பு இல்லை. டேவிட் இட்லி கடை இருக்கும். அவர் கிறிஸ்தவர். ஏதோ யோசனையில் ஆட்டோவில் வீட்டுக்கு வந்து விட்டேன். வைதேகி மும்முரமாக துணி துவைத்துக் கொண்டிருந்தாள். மணி ஒன்பதரை. பசியில் கண்கள் இருட்டியது. தோசை போட்டு மிளகாய்ப் பொடி தொட்டுக் கொண்டு சாப்பிட்டேன். கேவலமாக இருந்தது. சட்னி அரைக்க மனம் இல்லை.

சென்னையிலிருந்து சுமார் ஐந்து லட்சம் பேர் தீபாவளியை முன்னிட்டு தங்கள் சொந்த ஊருக்குப் போயிருப்பதாக தினசரியில் செய்தி. மோகன் முந்தாநாள் சென்னை வருவதற்கு விமானத்தில் முன்பதிவு செய்திருந்தான். ஓரிரு மாதங்களுக்கு முன்பே. ஆனால் முந்தாநாள் அவன் நிறுவனத்தில் ஒரு முக்கியமான வேலை. திடீர் வேலை. நேற்று கிளம்பலாம் என்றால் விமான டிக்கட் இருபதாயிரம் ரூபாய். அதனால் முந்தாநாள் மாலை நான்கு மணிக்கு மும்பையிலிருந்து காரில் கிளம்பி நேற்று முன்மதியத்தில் வீடு வந்து சேர்ந்தான். எங்கள் இருவரிடமும் சொல்லவில்லை. வந்த பிறகே செய்தி தெரியும். முன்பே சொல்லியிருந்தால் நான் போலீஸில் புகார் செய்து அவனுடைய கார் பயணத்தை ரத்து செய்திருப்பேன். என்னிடம் சொல்லாமல் அம்மாவிடம் மட்டும் சொல்லியிருந்தால் அவள் அவனை பயமுறுத்தியே நிலைகுலையச் செய்திருப்பாள். இல்லாவிட்டால் முந்தாநாள் இரவு முழுவதும் ஒரு நிமிடமும் உறங்காமல் இருந்திருப்பாள். இந்தப் பயணம் எதற்கு? இந்திய வாழ்க்கையில் குடும்பம் ஒரு அடிப்படை சக்தியாக விளங்குகிறது. நான் பதினேழு வயதிலிருந்தே குடும்பத் தளைகளைத் துறந்தவன். இன்றைக்கும் எனக்குக் குடும்பத் தளை இல்லை. அந்த விஷயத்தில் நான் ஒரு ஐரோப்பியனைப் போலவே

வாழ்கிறேன். அதனால்தான் இந்தத் தனிமை. குடும்பத் தலை இருந்திருந்தால் இருபத்தொன்பது வயது ஆன என் மகனுக்கு நான் பெண் பார்த்துக் கொண்டிருந்திருக்க வேண்டும். நான் ஐரோப்பிய மனோபாவம் கொண்டவன். மகனுக்குத் திருமணம் செய்து வைப்பது என் கடமை அல்ல. எனக்கும் என் தந்தை திருமணம் செய்து வைக்க நான் அனுமதிக்கவில்லை. இரண்டு முறையும் நானேதான் திருமணம் செய்து கொண்டேன். ஒரு விவாகரத்தும் நானேதான் செய்து கொண்டேன். ஆனால் மோகன் எனக்கு நேர் எதிர். அம்மாவைப் பார்ப்பதற்காக இருபது மணி நேரம் கார் ஓட்டிக் கொண்டு வந்திருக்கிறான். அம்மாவைப் பார்க்க என்று மட்டும் அல்ல; தீபாவளித் திருநாளில் அம்மாவுடன் இருக்க. இதற்காகத்தான் ஐந்து லட்சம் பேர் சென்னையிலிருந்து சொந்த ஊர் போயிருக்கிறார்கள்.

தீபாவளி தினத்தில் மட்டும் எனக்கு என் அம்மாவின் ஞாபகம் வரும். பலவிதமான பலகாரங்களும் சுடச் சுட இட்லியும் மிளகாய்ச் சட்னியும் கிடைக்கும். இட்லியும் சட்னியும் தினமும் உண்டு என்றாலும் தீபாவளி நாளில் பலகாரங்கள் கூடுதல் சந்தோஷம். நானே தோசை போட்டு எனக்குப் பிடிக்காத மிளகாய்ப் பொடி போட்டுத் தின்னும் போது அம்மாவின் ஞாபகம் வந்தது. வைதேகி துணி துவைத்துக் கொண்டிருந்தாள்.

மதியச் சமையலுக்குக் காய்கறிகளை நறுக்கி வைத்தேன். குக்கரில் அரிசியும் துவரம் பருப்பும் வைத்து ஏற்றினேன். மீதி சமையலுக்கு வந்து சேர்ந்தாள் வைதேகி.

பனிரண்டரைக்குப் பசி. பட்சணங்களுக்கு ஒரு இடத்தில் சொல்லி வைத்திருந்தேன். அங்கே இயற்கை முறையில் செய்து தருகிறார்கள். அப்படியென்றால், சீனிக்குப் பதிலாக பனஞ்சர்க்கரை என்பது போல. எல்லா ஆர்கானிக் இடங்களையும் போல் விலை இரண்டு மடங்கு அல்ல; மற்ற இடங்களை விடப் பாதி விலை. வீட்டில் செய்வதால் கட்டுப்படி ஆகிறது போலும். சுவை முதல் தரம். அற்புதம். அந்த பட்சணங்களை எடுக்கப் போனேன். அதை வைத்துத்தான் பூஜை செய்ய வேண்டும்; எடுக்காதே. அடடா, இன்றும் பட்டினியா என்று நொந்து கொண்ட போது பிரபு காளிதாஸிடமிருந்து ஃபோன். பெருமாள், வாசலில் நிற்கிறேன். அவர் மனைவியே செய்தது. (வழக்கம் போல் அவர் பெயரை மறந்து விட்டேன்.) ரஸகுல்லா மிதமான இனிப்பில் பிரமாதம். இரண்டு

வித முறுக்குகளும் பிரமாதம். ரவா லாடு, பொருவிளங்காய் உருண்டை என் அம்மாவை ஞாபகப்படுத்தியது. வாழ்த்தியபடி உண்டேன்.

நேற்று நண்பர் ஜேகே (ஓவியர்) கொண்டு வந்து கொடுத்த திரட்டுப் பால் அதியற்புதமாக இருந்தது. அதையும் கொஞ்சம் போட்டுப் பசியாறினேன்.

நாய்கள் இல்லாமல் இருந்திருந்தால் அடுக்குமாடிக் குடியிருப்பில் பணிப்பெண்களின் தேவையின்றி வாழலாம். இந்த வயதில் பணியாட்களும் இல்லாமல் இரண்டு மாபெரும் நாய்களை வளர்ப்பது தொண்ணூறு வயதில் குழந்தை பெற்று வளர்ப்பது போல் இருக்கிறது. நாய்கள் இல்லாத வாழ்க்கைக்காக மனம் ஏங்குகிறது.

அக்டோபர் 29, 2016

★★★

மந்தாகினியும் லம்பார்கினியும்...

நீங்கள் சொல்வதெல்லாம் கப்ஸா போல் இருக்கிறதே,

நீங்க சொல்றதெல்லாம் கதையா, நிஜமா?

செமயா கதை வுட்றீங்க பெருமாள்...

இப்படியே பல ஆண்டுகளாக என் நண்பர்கள் என்னிடம் சொல்வதைப் பார்த்திருக்கிறேன். சில மாதங்களுக்கு முன் திருவனந்தபுரத்திலிருந்து திரும்பும் போது லீனா மணிமேகலை கூட இதையே சொன்னார்.

இத்தனை ஆண்டுகளில் நான் சொல்வதை நம்பிய ஒரே ஆள் கொக்கரக்கோதான். ஏனென்றால், என் உலகை எட்டிப் பார்த்தவன் அவன் மட்டுமே. அதனால் அதை நம்புவதைத் தவிர அவனுக்கு வேறு வழியில்லை. இன்று பதினோரு மணியிலிருந்து லம்பார்கினி காரில் பயணம். விலையைக் கேட்க முடியாது. ஏனென்றால், ஏற்கனவே அந்தக் காரில் ஏறுவதற்கு முன் செம அடி வாங்கியிருந்தேன். நண்பரை ஒருசில ஆண்டுகளுக்குப் பிறகு பார்க்கிறேன். ஐந்து வயது கம்மியாகிருந்தது.

ஜிம்மா என்றேன்.

ஜிம்மோடு ரோவிங்கும் என்றார்.

எங்கே?

போட் கிளப்.

எல்லோரும் சேர முடியுமா, ஏதும் ரெஸ்ட்ரிக்‌ஷன்ஸ் உண்டா?

எதுவும் இல்லை. யார் வேண்டுமானாலும் சேரலாம்.

மாதம் எவ்ளோ ஃபீஸ்?

மாத ஃபீஸ் கிடையாது. மெம்பர்ஷிப் கொடுப்பார்கள். ஆயுள்கால மெம்பர்ஷிப் இருபது லட்சம். ஐந்து ஆண்டு மெம்பர்ஷிப் ஐந்து லட்சம். ஒரு ஆண்டுக்குக் கூட உள்ளது. ரெண்டு லட்சம்.

ஓ. கூட்டமே இருக்காதே?

நான் ரோவிங் போகும் போது நூறு பேர் இருப்பார்கள்.

அதற்கு மேல் லம்பார்கினி காரின் விலையைக் கேட்க முடியுமா?

பிறகு ஒரு பிரபலமான மதுபானக் கூடத்துக்குப் போனோம். கூடம் பூராவும் பெண்கள். ஒரு பெண் தனியாகக் குடித்துக் கொண்டிருந்தாள். அவள் நெஞ்சைப் பார்த்து என் நெஞ்சு படபடத்தது. நண்பர் வைன் குடிக்க நான் ஆப்பிள் ஜூஸ், மாதுளை ஜூஸ் எல்லாம் குடித்தேன். அவித்த வேர்க்கடலை, நறுக்கிய வெள்ளரி, காரட், இத்யாதி. அவித்த மீன். லம்பார்கினி நண்பனோடு ராஸ லீலாவில் வரும் ஒரு நண்பனும் சேர்ந்தான். அவன் கூட பெண் இல்லாமல் இருக்க மாட்டான்.

ஒரு பிரபல கல்லூரியில் முதலாம் ஆண்டு படிக்கும் பெண். பேசிக் கொண்டிருந்தோம். இன்று இரவு பனிரண்டு மணி வரை எங்களோடு இருங்கள் என்றாள். எங்கள் என்றால் லம்பார்கினி அல்ல; ராஸ லீலாவில் வரும் நண்பன். மூவர். மூவர்.

கொஞ்சம் குடித்திருந்தாள். நான் எழுத்தாளன் என்றெல்லாம் தெரியாது. படிக்கும் வழக்கம் உள்ளவள் அல்ல. ஆனால் புத்திசாலி. நடனம் பற்றியே ஒரு மணி நேரம் பேசிக் கொண்டிருந்தோம். நான் வயதானவன் ஆயிற்றே. அறுபத்து நான்கு வயது. அதெல்லாம் அங்கே ஒரு பொருட்டாகவே தெரியவில்லை. எனக்கு அல்ல. அவளுக்கு. அப்படி எதைக் கண்டாள்? எதையும் காணவில்லை. அவளுக்கு இருபத்து நாலும் ஒன்றுதான், அறுபத்து நாலும் ஒன்றுதான். நல்ல தோழமை. நல்ல பேச்சு. நல்ல போகமும் வேண்டும் என்றாள். தமிழ்க் கொச்சை. ஆங்கிலம் நுனிநாக்கு.

அம்மா, நான் ஏக பத்தினி விரதன் என்று சொல்லி விட்டு வீடு ஏகி விட்டேன். ஆனால் அந்த ஜென் குரு மாதிரி இன்னமும் சுமந்து கொண்டே இருக்கிறேன். சுமக்காவிட்டால் எழுத்தாளனாக இருக்க முடியாதே?

இதை யாரிடமாவது சொன்னால் கப்ஸா என்பார்கள். நடுத்தர வர்க்கத்தைத் தாண்டிய வேறோர் உலகம் இருந்து கொண்டுதான் இருக்கிறது.

குடியை விட்டதும் வேறு ஒன்றும் போய் விட்டது. என் மனதை என்னால் புரிந்து கொள்ள முடியவில்லை.

மே 21, 2017

★★★

மாயமான் வேட்டை

கடும் மன உளைச்சலில்தான் சாந்த்தியாகோ நகரத்துக்கு வந்து சேர்ந்தேன். மாச்சு பிச்சுவில் பிரச்சினையே இல்லை. ஆனால் குஸ்கோவில் மூச்சு விட முடியவில்லை. இரண்டு காரணங்கள். மாச்சு பிச்சுவின் உயரம் 8000 அடிதான். குஸ்கோ 12000 அடி. மாச்சு பிச்சுவில் சுற்றியது பகல். குஸ்கோவில் இரவு. குஸ்கோவில் இரவு தூங்கி விட்டு பகலில் ஊரைச் சுற்றிப் பார்த்து விட்டு அடுத்த நாள் உயூனி போகலாம் என்பது திட்டம். உயூனி ஒரு உலக அதிசயம். 11,000 சதுர கிலோமீட்டர் பரப்பில் ஒரு உப்பு ஏரி. நீர் உறைந்து கண்ணாடியாய் பிம்பம் தெரியும் ஏரி. ஆனால் எனக்கு குஸ்கோவிலேயே உயரம் காரணமாக மூச்சு விடுவது சிரமமாகப் போய் விட்டதால் என் பயணத் தோழர் ரவிக்கு அங்கேயே டாட்டா காண்பித்து விட்டு துண்டைக் காணோம் துணியைக் காணோம் என்று நான் மட்டும் சாந்த்தியாகோ வந்து விட்டேன். இனிமேல் ரவி இங்கே சாந்த்தியாகோ வந்து சேர எட்டு தினங்கள் இருக்கின்றன. ரவியும் கூடவே வந்திருந்தால் இந்த எட்டு தினங்களையும் சீலேவிலேயே நல்ல முறையில் திட்டமிட்டிருக்கலாம். ரவிக்கு பொலிவியாவை விட மனசில்லை.

எட்டு தினங்களை இந்த ஊரில் தனியாகக் கழிக்க வேண்டும். ஒரு திட்டமும் கைவசம் இல்லை. ஆனால் காலையில் எழுந்து விடுதியை விட்டு வெளியே வந்தால் மொனேதா அரண்மனை கண்முன்னே நிற்கிறது. கடவுளின் தரிசனத்துக்காக பல ஆண்டுகள் தவமிருந்த ஒருத்தனுக்கு கடவுள் நேரில் வந்து நின்றால்

எப்படி இருக்குமோ அப்படி இருந்தது எனக்கு. சாந்த்தியாகோ என்றால் அங்கே பார்க்க வேண்டிய இடங்களில் மொனேதா அரண்மனையும் உண்டு என்பது சந்தேகத்துக்கு இடமில்லாமல் தெரிந்த விஷயம்தான். ஆனால் இப்படிக் கண்விழித்துப் பார்த்ததும் மொனேதா அரண்மனை கண் முன்னே நிற்கும் என்பதை நான் எதிர்பார்க்கவே இல்லை. ஏன் எனக்கு இந்த ஆச்சரியமும் பரவசமும் என்றால், அதற்கு நீங்கள் சீலேயின் ஐம்பது ஆண்டு கால அரசியல் வரலாற்றை கவனித்திருக்க வேண்டும். அவ்வளவெல்லாம் நேரம் இல்லை என்றால், *Battle of Chile* என்ற படத்தையாவது பார்த்திருக்க வேண்டும். ஒரே வாக்கியத்தில் சுருக்கமாகச் சொல்ல முயற்சிக்கிறேன். ஏனென்றால், இதிலெல்லாம் நாம் மெதுமெதுவாகப் போய்க் கொண்டிருந்தால் மெய்ன் மேட்டரான மாயமான் வேட்டையை விட்டு விடுவோம். டாக்டர் அயெந்தே மக்களால் தேர்ந்தெடுக்கப்பட்டவர். அமெரிக்க ஆதரவுடன் வலதுசாரி ராணுவ அதிகாரிகள் பினோசெத்தின் தலைமையில் ஒரு ராணுவப் புரட்சியை நடத்தினார்கள். ”டாக்டர் அயெந்தே, நீங்கள் சரணடைந்து வெளிநாட்டுக்குச் சென்று விடுங்கள். இல்லாவிட்டால் அரண்மனையில் குண்டு போடுவோம்” என்றது பினோசெத்தின் ராணுவம்.

மொனேதா மாளிகையில் குண்டுகள் விழுந்து கொண்டிருக்கும் நேரத்திலேயே ”என் உயிர் போனாலும் சரணடைய மாட்டேன்” என்று சொல்லி அயெந்தே கொடுத்த வானொலி உரை, காணொலி எல்லாம் *Battle of Chile* படத்தில் உண்டு.

அப்பாடா, நிம்மதி. இனிமேல் வரும் எட்டு தினங்களையும் இந்த அரண்மனையையே சுற்றிச் சுற்றி வந்து ஓட்டி விடலாம்.

முதல் நாள் அரண்மனையில் கழிந்தது. ஆனால் அது பெயருக்குத்தான் அரண்மனை. நம்மூரில் ஒரு ஜமீந்தாரின் வீடே இதை விடப் பல மடங்கு பெரிதாக இருக்கும். டாக்டர் அயெந்தேயின் அந்த சரித்திரப் பிரசித்தி பெற்ற உரையையும் சில புகைப்படங்களையும் தவிர அந்த அரண்மனையில் ஒன்றுமில்லை. படத்தில் முழு உரை இல்லை. இங்கே அயெந்தேயின் முழு உரையையும் கேட்க முடிந்தது.

மறுநாள் என்னுடைய பயண நிறுவனம் ரொபர்த்தோ என்ற வழிகாட்டியை அனுப்பி வைத்திருந்தது. அவனோடு சாந்த்தியாகோ

நகரில் கொஞ்சம் சுற்றினேன். மாலையில் இருவரும் ஒரு பப்பில் பிஸ்கோ சோர் *(Pisco Sour)* சாப்பிட்டோம். அதுதான் பெரூ, சீலே இரண்டு நாடுகளின் தேசிய பானம். எலுமிச்சை சாறையும் முட்டையின் வெண்கருவையும் சேர்ந்து அடித்து அதில் பிஸ்கோ சோரையும் கலந்து மறுபடியும் அடித்துக் குடிக்க வேண்டும். மறுநாளும் அதற்கு அடுத்த நாளும் ரொபர்த்தோவுக்கு வேறோர் குழுவுடன் வேலை இருந்தது. முன்கூட்டியே சொல்லியிருந்தால் இந்த எட்டு நாட்களையுமே நல்ல முறையில் திட்டமிட்டிருக்கலாம் என்றான்.

அடுத்த நாள், பல்கலைக்கழகத்தில் ஒரு நாடகத் திருவிழா நடப்பதாக செய்தித்தாளில் படித்து அங்கே கிளம்பினேன். சீலே பல்கலைக்கழகம் மொனேதா அரண்மனையிலிருந்து ஒன்றரை கிலோமீட்டர். பொதுவாக வெளியூர் வந்தால் வழி தவறி விடாமல் இருப்பதற்காக தெருப் பெயர்களையெல்லாம் அடையாளம் வைத்துக் கொண்டே வருவேன். ஆனால் இப்போது அந்த அவசியம் இல்லை. மொனேதா அரண்மனைக்கு வழி தெரிய வேண்டுமா என்ன?

மற்ற தென்னமெரிக்க நாடுகள் பற்றித் தெரியாது. ஆனால் சீலேயைப் பொருத்தவரை இங்கே பல்கலைக்கழகங்கள் என்றால் அவைதான் மிகத் தீவிரமான அரசியல், கலாச்சார, சமூகச் செயல்பாடுகளின் மையமாக விளங்குகின்றன. பல்கலைக்கழகத்தைச் சுற்றிலும் ஆயுதம் தாங்கிய போலீஸார். பார்ப்பதற்கு ராணுவத்தினரைப் போல் இருந்தார்கள். நாடக விழா நடக்கும் இடத்தைத் தேடிக் கண்டு பிடித்துப் போனேன்.

அன்றைய நாடகம்: *Catarina de San Juan: Nacido como una princesa mogul, vivió como una esclava y se convirtió en una santa. Dirección: Meera.* தலைப்பு புரிந்து விட்டது. ஆனால் இயக்குனரின் இந்தியப் பெயர்தான் குழப்பியது. ஏதாவது எழுத்துப் பிழையோ, *Mira* தான் பிழையாக *Meera* என்று வந்து விட்டதோ? ஆனால் காதரீனா தெ ஸான் ஹுவானின் பெயருக்கும் இந்தியாவுக்கும் உள்ள தொடர்பை எண்ணியதும் மீரா இந்தியப் பெண்ணாக இருக்கலாம் என்ற சந்தேகம் வலுத்தது. எனக்கு இந்த காதரீனா தெ ஸான் ஹுவான் என்ற பெயர் ஒக்தாவியோ பாஸின் *In Light of India* என்ற புத்தகத்திலிருந்துதான் அறிமுகம். அதற்குப் பிறகு காதரீனா பற்றி அலோன்ஸோ ரமோஸ் C.C. ஒரு மூன்று வால்யூம்

புத்தகம் எழுதியிருக்கிறார். அது இன்னமும் என்னுடைய படிக்க வேண்டிய நூல் பட்டியலில் உள்ளது. ஆனாலும் அடிப்படைத் தகவல்களை வேறொரு சிறிய நூலிலிருந்து படித்து விட்டேன். கற்பனையை விட உண்மை ஆச்சரியமானது என்பார்களே, அது போன்றதொரு கதை காதரினாவின் வாழ்க்கை. அக்பரின் நெருங்கிய உறவான மீரா என்ற பெண்ணை போர்த்துக்கீசிய மாலுமிகள் கடத்திக் கொண்டு போய் கொச்சியில் அடிமை வணிகர்களிடம் விற்று விட்டார்கள்.

இந்தக் கொச்சி கடற்கரைதான் எத்தனை வினோதமான வரலாற்றுச் சம்பவங்களைக் கண்டு விட்டது! பதின்மூன்றாம் நூற்றாண்டில் முகமது பின் துக்ளக்கிடமிருந்து உயிர்ப் பிச்சை பெற்று சீன தேசத்துக்கு துக்ளக்கின் தூதனாக கொச்சிக்கு வந்து சேர்ந்த இப்ன் பத்தூத்தா தொழுகைக்காகக் கடற்கரைக்கு வந்த போது எதிர்பாராத புயலில் அவனுடைய அத்தனை கப்பல்களும் கடலில் மூழ்கி விட ஒரு பிச்சைக்காரனாகக்கடற்கரையில் கிடந்தான். அதேபோல் பேரரசர் அக்பரின் ஆக்ரா மாளிகையில் ஒரு சிறுமியாக ஓடியாடித் திரிந்து கொண்டிருந்த மீரா, போர்த்துக்கீசிய மாலுமிகளால் கடத்திச் செல்லப்பட்டு ஒரு சில தினங்களில் கொச்சி கடற்கரையில் அடிமையாக நிற்கிறாள். ஃபிலிப்பைன்ஸ் தேசத்து பெண் தரகன் ஒருவன் அவளை விலை பேசி வாங்கி... அதற்கடுத்த ஆறு ஆண்டுகள் மணிலா நகரில் அவள் ஒரு பாலியல் தொழிலாளி. அங்கேதான் அவளது இந்திய அழகைக் கண்ட மெக்ஸிகோ தேசத்து வணிகன் ஒருவன் பெரும் பணம் கொடுத்து அவளை வாங்கிக் கொண்டு மெக்ஸிகோ போய்ச் சேர்ந்தான்.

ஆனால் இது காதரினா பற்றிய கதையும் அல்ல என்பதால் ரத்தினச் சுருக்கமாகச் சொல்லி விடுகிறேன். இது மீரா என்ற நாடக இயக்குனரைப் பற்றிய கதை. கதையில் இத்தனை வாக்கியங்கள் எழுதப்பட்டும் மீரா அறிமுகமாகாதது மட்டுமல்ல, அவள் இந்தியனா மெக்ஸிகனா என்றே இன்னமும் விளங்கவில்லை. இதில் அக்பர் காலத்துக் காதரினா பெயரும் மீரா, 2019இல் சாந்த்தியாகோ நகரில் சீலே பல்கலைக்கழகத்தில் காதரினா நாடகத்தை இயக்கும் பெண்ணின் பெயரும் மீரா. குழப்புகிறது. மேலே செல்வோம்.

அக்பரின் சகோதரி ஒருத்திக்கு இருபது ஆண்டுகள் குழந்தையே இல்லாமல் பிறகு கன்னி மேரியை வேண்டிக் கொண்டு பிறந்தவள்

மீரா. அக்பரின் அரசவையில் பல கிறித்தவ குருமார்களும் பிராமண அறிஞர்களும் இருந்தார்கள்; அவர் காலத்தில் இஸ்லாம் கிறித்தவம் இந்து ஆகிய மூன்று மதங்களுக்குள் மிகுந்த சிநேகபாவமே இருந்தது என்பதையெல்லாம் நாம் அறிவோம்.

1606-இல் ஆக்ராவில் பிறந்த மீரா 1621-இல் மெக்ஸிகோவின் தென்கிழக்கில் உள்ள பூவப்லா (*Puebla*) என்ற நகருக்கு ஒரு வணிகனின் அடிமைப் பெண்ணாக வந்து இறங்கியது ஒரு கதை. மெக்ஸிகோ வந்ததும் மீராவுக்குக் காதரினா என்ற கிறித்தவப் பெயர் சூட்டப்பட்டது. அடுத்து நடந்தது ஒரு அதிசயம் அல்ல; பல அதிசயங்கள். அன்னை மேரி காதரினாவின் கனவில் தோன்றினார். பின்னர் நேரிலும் தரிசனம் தந்தார். மட்டுமல்லாமல் காதரினாவின் வாழ்வில் பல அதிசயங்களை நிகழ்த்தினார். காதரினா என்ன சொல்கிறாரோ அது நடந்தது. நோயாளிகளின் பிணி தீர்ந்தது. துக்கம் விலகியது. (இது பற்றியெல்லாம் மிக விரிவாக காதரினாவே எழுதியிருக்கிறார்.) இந்தக் காரணங்களால், சிறிது காலத்திலேயே காதரினா மெக்ஸிகோ தேசத்தின் காவல் தெய்வமாக மாறினார்.

இன்றைய தினம் மெக்ஸிகோவில் மிக அதிக அளவு வரையப்பட்ட ஓவியங்கள், புனையப்பட்ட பாடல்கள், பேசப்பட்ட நாட்டுப்புறக் கதைகள், சொல்லப்பட்ட குழந்தைக் கதைகள், சினிமா எல்லாமே காதரினா பற்றியதுதான். இவர் நிகழ்த்திய அற்புதங்களிலேயே மிகவும் பெரிதாகப் பேசப்படுவது ஹுமானோ இந்தியர்களை (*Jumano Indians*) கிறித்தவத்துக்கு மாற்றியதுதான். ஹுமானோ இந்தியர்கள் நீண்ட காலமாகத் தாங்கள் மதம் மாறுவதற்காகத் திருச்சபைக்கு வேண்டுகோள் விடுத்துக் கொண்டிருந்தார்கள். யாரேனும் பாதிரிகள் சென்று அவர்களின் வேண்டுகோளை நிறைவேற்றி வைக்க வேண்டும். ஆனால் பாதிரிகள் எல்லோரும் வேறு வேறு முக்கியப் பணிகளில் இருக்கிறார்கள். ஹுமானோ இந்தியர்கள் மெக்ஸிகோவில் இருந்திருந்தால் வேலை சடுதியில் முடிந்திருக்கும். ஆனால் அவர்கள் இருப்பது புதிய ஸ்பெய்னில். அதாவது, இப்போதைய டெக்ஸஸ் மற்றும் நியூ மெக்ஸிகோ பகுதி. யாருக்கும் அவ்வளவு தூரம் போக நேரமில்லை. அப்போதுதான் ஸோர் மரீயா தெ ஹேஸூஸ் தெ ஆக்ரேதாவுடன் (*Sor Maria de Jesus de Ágreda*) சேர்ந்து அந்த இந்தியர்களுக்கு ஞானஸ்நானம் கொடுத்தார் காதரினா. இதில் என்ன அதிசயம் இருக்கிறது என்கிறீர்களா? மரீயா தெ ஹேஸூஸ் ஸ்பெய்னில் வசித்தவர்.

ஸ்பெய்னில் அவருடைய மடாலயத்தை விட்டு அந்தக் குறிப்பிட்ட ஆண்டுகளில் அவர் வெளியிலேயே வரவில்லை. அதேபோல் காதரினாவும் பூவெப்லா நகரை விட்டு வெளியில் செல்லவில்லை. சாட்சிகள் இருக்கிறார்கள். ஆனால் அவர்கள் இரண்டு பேரும் எங்களோடுதான் இருந்தார்கள் என்று சொன்னார்கள் ஹுமானோ இந்தியர்கள். அதுவும் தவிர காதரினா பூவெப்லா நகரில் தன்னுடைய மடாலயத்துக்குள்ளேயே இருப்பார். ஆனால் அதே நேரத்தில் மெக்ஸிகோவின் ஒரு கிராமத்தில் பல நோயாளிகளைச் சந்தித்து சொஸ்தப்படுத்திக் கொண்டிருப்பார். இன்னொரு சமயம் இன்னொரு கிராமத்தில் இருப்பார். அதே நேரத்தில் பூவெப்லா மடாலயத்திலும் இருப்பார். அவருடைய உருவம் ஆகாயத்தில் பறந்து செல்வதைப் பலர் பார்த்திருக்கிறார்கள். சரி, இதையெல்லாம் புருடா என்பீர்கள். மரியா தெ ஹேசூஸின் உடல் கடந்த நான்கு நூற்றாண்டுகளில் பலமுறை விஞ்ஞானிகளின் முன்னிலையில் தோண்டி எடுக்கப்பட்டது. உடல் கெடவே இல்லை. இன்றைக்கும் இது ஒரு தொடரும் அதிசயமாகவே கருதப்படுகிறது.

நான் ஒரு நல்ல கதைசொல்லி அல்ல என்று நினைக்கிறேன். காரணம், இத்தனை எழுதியும் நாம் இன்னமும் நிஜ மீராவைச் சந்திக்கவில்லை. அந்தக் கவலையுடனேயே நாடக அரங்கின் உள்ளே நுழைந்தேன். பேசினால் ஸ்பானிஷ் ஏதோ கொஞ்சம் புரியும். ஆனால் நாடகம் ஒரு கடுமையான இலக்கியப் பிரதியை வாசிப்பது போல் இருந்தது. காதரினாவின் வாழ்வை அப்படியே நாடகமாக்குவதில் என்ன புதுமை இருக்கிறது? அந்த வாழ்வில் நாம் எப்படி நம்மைப் பொருத்திக் கொள்வது? அதையெல்லாம் எனக்குத் தெரிந்த குறைந்த அளவு ஸ்பானிஷை வைத்துக் கொண்டு புரிந்து கொள்ள இயலவில்லை. ஆனால் நாடக வடிவம் என்னை வெகுவாக ஈர்த்தது. முக்கியமாக இசையும் ஒளியமைப்பும். இன்னொரு சந்தேகம், அதிசயங்களைத் தொலைத்து விட்ட ஒரு நவீன மனிதனுக்குக் காதரினாவின் வாழ்க்கையில் என்ன செய்தி இருக்க முடியும்? ஆ! ஒவ்வொரு கலா சிருஷ்டியும் ஒரு செய்தியைத்தான் கொண்டு வர வேண்டுமா? கலைஞன் என்ன தபால்காரனா? அல்லது, தீர்க்கதரிசியா? தீர்க்கதரிசிகளால்தானே இந்த உலகம் இத்தனை அல்லலுறுகிறது?

காதரினா மெக்ஸிகோவின் ஆன்மீக அடையாளம். ஆனால் அவர்

ஒரு இந்தியர். ஆறு ஆண்டுகள் பாலியல் தொழிலாளியாகவும், அடிமையாகவும், அதன் பிறகு பல அற்புதங்களை நிகழ்த்திய ஞானியாகவும் வாழ்ந்தவர். இது ஒரு ரோலர் கோஸ்டர் வாழ்க்கைதான். இல்லையென்று சொல்லவில்லை. ஆனால் இப்படிப்பட்ட ரோலர் கோஸ்டர்களுக்கு இந்தியாவில் பஞ்சமா என்ன?

நாடகம் முடிந்ததும் வெளியே வந்து தனியாக அமர்ந்திருந்தேன். இரவு எட்டு மணி. கடும் குளிர். மொபைலைப் பார்த்தேன். மைனஸ் இரண்டு என்று இருந்தது. இத்தனை குளிர்காலத்தில் சீலே வந்திருக்கக் கூடாது. ஆனால் இப்போது விட்டால் எப்போதுமே வர முடியாதோ என்ற பயத்தினால்தான் பணம் கிடைத்ததும் உடனே கிளம்பி விட்டேன். இதை எழுதும் இந்தக் கணத்தில் தோன்றுகிறது, நான் எடுத்த முடிவு எத்தனை நல்ல முடிவு என்று. இல்லாவிட்டால் இந்தக் கொரோனா முடிந்து எப்போது இனிமேல் சீலே போவது? அதுவும் கொரோனா என்னை விட்டு வைத்திருந்தால்...

எல்லோரும் கூட்டம் கூட்டமாக நின்று விவாதித்துக் கொண்டிருந்தார்கள். அநேகமாக எல்லாருடைய கைகளிலும் சிகரெட் புகைந்து கொண்டிருந்தது. நாளை ரொபர்த்தோவிடம் இது பற்றிக் கேட்க வேண்டும். பல்கலைக்கழக வளாகத்தில் மாணவர்கள் புகைக்கலாமா?

ரொபர்த்தோ கூட இருந்தால் அவனோடு எங்காவது பப்புக்குப் போயிருக்கலாம். ரொபர்த்தோவுக்கு சரியாக என் வயதுதான். ஆனாலும் அவன் என்றுதான் பேசத் தோன்றுகிறது. இதுவே ஒரு இந்தியராக இருந்திருந்தால் அறுபத்தேழு வயது ஆசாமியை அவன் என்று சொல்லத் தோன்றுமா? ஆனால் அவனும் அறுபத்தேழு மாதிரியா நடந்து கொள்கிறான்? நேற்று மதியம் ஒரு கஃபேவுக்குப் போயிருந்த போது அங்கே சிநேகமான ஒரு வெனிஸுவேலன் பெண்ணை என்னுடைய அறைக்குக் கூட்டி வந்து காரியத்தை முடிக்க வேண்டும் என்று ஒற்றைக் காலில் நிற்கிறான். எனக்கு ஏதோ திடீரென்று கல்லூரி மாணவனாக ஆகி விட்டது போல் இருந்தது. ரொபர்த்தோ மட்டும் இல்லை, தென்னமெரிக்கா முழுவதுமே பெரும்பாலான ஆண்கள் இப்படித்தான் இருப்பார்களோ என்ற சந்தேகம் ஏற்பட ஆரம்பித்து விட்டது. அவர்களின் இலக்கியம், சினிமா போன்ற எல்லாவற்றிலுமே பெண்களை ஒரு போகப்

பொருளாகவே அந்த ஆண்கள் பாவிப்பது போன்ற ஒரு பிரமை ஏற்படுகிறது. எத்தனை தூரம் உண்மையோ, ஆனால் ரொபர்த்தோ அப்படித்தான் இருந்தான். எந்தப் பெண்ணைப் பார்த்தாலும் பாலியல் சார்ந்த ஒரு கமெண்ட்டைப் போடாமல் விட மாட்டான். பெண்களின் மார்பைப் பார்த்தால் "உங்கள் ஊர்ப் பெண்களுக்கு இப்படி இருக்குமா?" என்பான். ஸ்கர்ட் அணிந்த பெண்களைப் பார்த்து "உங்கள் ஊர்ப் பெண்களின் தொடை இத்தனை வாளிப்பாக இருக்குமா?" என்பான். ஒரே ஒரு முறை பதிலுக்கு, "ஏய் அப்பா, எங்கள் ஊரில் இன்னமும் ஸ்கர்ட் அணிய ஆரம்பிக்கவில்லை" என்றேன்.

"அதனால் என்ன? நீ பார்த்திருப்பாயே?"

"சீச்சீ... நான் ஏக பத்தினி விரதனப்பா..." என்று சொல்லிவிட்டு அதை வேறு ராமாயணக் கதையெல்லாம் சொல்லி விளக்கினேன்.

"அதேதான் பெறுமால். நானும் ஏக பத்தினி விரதன்தான். என் மனைவியைப் பொருத்தவரை. ஆனால் நான் என்ன உன் மனைவியா? என்னிடம் ஏன் பயப்படுகிறாய்? சொல், உங்கள் ஊர்ப் பெண்களின் தொடை எப்படி?"

எனக்கு ரொம்ப ஆச்சரியமாகப் போயிற்று. ஒரு அறுபத்தேழு வயதுப் பெரியவர் பேசும் பேச்சா இது?

"ஹேய் பெறுமால், எனக்கும் இந்தியா பற்றித் தெரியும். எத்தனை பயணிகளைப் பார்த்திருக்கிறேன். மேலும் நான் அமெரிக்காவிலும் பத்து வருடம் இருந்திருக்கிறேன். அதுவும் நியூ ஜெர்ஸியில். கிட்டத்தட்ட இந்தியாவில் இருந்தது போலத்தான். என்ன, நாங்கள் வெளிப்படையாகப் பேசுவோம். ஆனால் காரியத்தில் பூஜ்யம். நீங்கள் பேச மாட்டீர்கள். காரியத்தில் கில்லாடி... உங்கள் ஜனத்தொகையைப் பார்த்தாலே தெரிகிறதே?"

இப்படி எத்தனை நேரம் பேசினாலும் அதில் பெரும் பகுதி செக்ஸ்தான். ஆனால் இலக்கிய வாசகனும் கூட. சீலேயர்களைப் பற்றி இப்படிப் பிரித்துச் சொல்லத் தேவையில்லை. எல்லா சீலேயர்களுமே இலக்கிய வாசகர்கள்தாம்.

பார்த்தீர்களா, கதையே முடியப் போகிறது. இன்னமும் கதாநாயகியைக் காணோம். நானும் என் அறைக்குத் திரும்புகிறேன். வழியில் ஒரு கடையில் நுழைந்து பிஸ்கோ சோரை வாங்கிக்

கொள்ள வேண்டும். அறையிலேயே எலுமிச்சையும் முட்டையும் இருக்கிறது. பிஸ்கோ சோர் ஒரு சொர்க்கம். சொர்க்கம். பெருவில் தங்கின போது அறிமுகம்.

ஆக, நாளையும் தனியாகவே சுற்ற வேண்டும். இரவு இரண்டு மணி வரை நிதானமாகக் குடித்து விட்டு காலையில் மெதுவாக எழுந்து கீழே வந்து ஏதோ ஒரு கண்றாவி ப்ரேக்ஃபாஸ்டை முடித்து விட்டு வெளியே வந்தேன். கொஞ்ச நேரம் அரண்மனைக்கு வெளியே நடந்து விட்டு மீண்டும் அறைக்கு வந்து குளியலை முடித்து விட்டு பல்கலைக்கழகத்துக்குக் கிளம்பினேன். அங்கே ஒரு புத்தகக் கடையும் அருகிலேயே ஒரு வாசகசாலையும் இருந்தது ஞாபகம் வந்தது. அங்கே கொஞ்ச நேரம் பொழுதைப் போக்கலாம். இன்று திங்கள்கிழமை என்பதால் மியூசியம் மூடியிருப்பார்கள், போக வேண்டாம் என்று ரொபர்த்தோ சொல்லியிருந்தான்.

புத்தகக் கடைக்குள் நுழைந்தேன். சாந்த்தியாகோவின் மற்ற புத்தகக் கடைகள் என்னை ஏமாற்றியிருந்தன. நான் தேடிய எந்தப் புத்தகத்துக்கும் ஆங்கில மொழிபெயர்ப்பே இல்லை. ஆங்கிலமே இல்லாத ஊர். நான் கொஞ்சம் நிகானோர் பார்ராவின் கவிதைகளை வாங்கலாம் என்று தேடிக் கொண்டிருந்தேன். வழக்கம் போலவே எல்லாம் ஸ்பானிஷில் இருந்தன. அப்போது ஒரு பெண் என்னை நெருங்கி, "நேற்று உங்களை நாடகத்தில் பார்த்தேன், பேசலாமா? நீங்கள் இந்தியர்தானே?" என்று ஆங்கிலத்தில் கேட்டாள். வட இந்தியப் பெண். ஐந்து அடிக்குக் கொஞ்சம் அதிகம். வட இந்தியாவுக்கு அது குள்ளம் என்றுதான் சொல்ல வேண்டும். இருபது வயது இருக்கும். இங்கே சீலே பல்கலைக்கழகத்தில் மாணவியாக இருக்க வேண்டும். இவ்வளவு தூரமா வந்து படிக்கிறார்கள்? வட இந்தியப் பெண்கள் இப்படி ஒரு தென்னிந்தியனிடம் வந்து பேச மாட்டார்களே? சொல்லப் போனால் எந்த இந்தியப் பெண்ணுமே இந்திய ஆணுடன் இப்படி வலிந்து போய் பேசத் துணிய மாட்டாள். எங்காவது மான்குட்டி புலியுடன் போய்ப் பேசி ஹாய் சொல்லுமா? பைத்தியமா அதற்கு? இவள் கொஞ்சம் வித்தியாசமாக இருக்கிறாள்.

ஓ, பேசலாமே என்றேன். *(கரும்பு தின்னக் கூலியா?)*

வாருங்கள், இங்கே ஒரு காஃபி குடித்துக் கொண்டே பேசுவோம், இன்னும் நீங்கள் என் கேள்விக்குப் பதில் சொல்லவில்லை என்றாள்.

"ஓ, ஆமாம், நான் இந்தியன்தான். டேமில். மெட்றாஸ்."

வட இந்தியர்களிடம் அதைத் தெளிவாகச் சொல்லி விட வேண்டும். இல்லாவிட்டால் மதறாஸி, கேரள், கன்னட் என்று போட்டுக் கண்டபடி குதறுவார்கள்.

ஆனால் அவளோ, "என்ன என்ன? இந்தியன் புரிகிறது. அது என்ன தாமில், மாத்றாஸ்... புரியவில்லையே? பை த வே, நான் மீரா ஃப்ரம் மெக்ஸிகோ. குவாதலாஹாரா பல்கலைக்கழகத்தில் நாடகத்துறையில் பணியாற்றுகிறேன்..." என்றாள்.

"ஓ, நீங்கள்தான் நேற்றைய நாடகத்தின் இயக்குனர் மீராவா? நான் உங்களை நேற்று கவனிக்கவில்லை. இப்போது பார்த்ததும் வட இந்தியர் என்று நினைத்து விட்டேன். மேலும், நீங்கள் என்ன பேராசிரியரா, நான் உங்களை மாணவி என்றல்லவா நினைத்து விட்டேன்? மன்னியுங்கள்" என்றேன்.

அதற்குள் காஃபி ஷாப் வந்தது. இரண்டு எஸ்பிரஸோ சொல்லி விட்டு ஒரு ஓரமாக வந்து அங்கே இருந்த நாற்காலியில் அமர்ந்தோம்.

பூனைக் கண்கள். மெக்ஸிகன் பெண்களுக்கே உரிய அடர்த்தியான கருத்த முடி. நம் கன்னடத்துத் துளு பெண்களைப் போல் இருந்தாள். சொன்னேன்.

"அப்படியா, நான் பார்க்க வேண்டுமே?"

என் கைபேசியை எடுத்து சில துளு பெண்களின் படத்தைக் காண்பித்தேன்.

"நான் இத்தனை அழகாகவா இருக்கிறேன்?"

என்னைக் கேட்டாளா, தனக்குள் சொல்லிக் கொண்டாளா, தெரியவில்லை. அதற்கு நான் நேரடியாக பதில் சொல்லாமல் ரொபர்த்தோவுடன் நடந்த ஒரு உரையாடலைச் சொன்னேன்.

எனக்கு சீலேவுக்கு அடுத்தபடியாக மெக்ஸிகோவுடன் ஒரு நீண்ட கலாச்சாரத் தொடர்பு உண்டு. மெக்ஸிகோவின் பெண்கள் பற்றி நிறைய கேள்விப்பட்டிருக்கிறேன். அவர்கள் தோற்றத்திலும் பழக்கவழக்கங்களிலும் அப்படியே தென்னிந்தியர்களை ஒத்தவர்கள். பொதுவாகவே உலகம் பூராவும் ஆண்கள் மத்தியில் ஒரு பேச்சு வழக்கு உண்டு, மணம் செய்து கொண்டால்

மெக்ஸிகன் பெண்ணை மணந்து கொள்ள வேண்டும் என்று. பேரழகிகள் என்பது மட்டும் அல்லாமல் கணவனுக்காக என்ன வேண்டுமானாலும் செய்வார்கள்.

ரொபர்த்தோவிடம் இப்படி நான் சொல்லிக் கொண்டிருந்தபோது அவன் அதைக் கடுமையாக மறுத்தான். வெனிஸுவேலன் பெண்களைப் பார்த்தால் நீ அப்படிச் சொல்ல மாட்டாய் என்று சொல்லி அந்த பப்பிலிருந்த சில வெனிஸுவேலன் பெண் சிப்பந்திகளை அழைத்துக் காண்பித்தான். ஆனாலும் அவன் சொன்னதை என்னால் ஒப்புக் கொள்ள முடியவில்லை. அந்தப் பெண்கள் எல்லோரும் *porn actors* மாதிரிதான் இருந்தார்களே ஒழிய மெக்ஸிகோ பெண்களின் அருகில் கூட வர முடியாது என்று தோன்றியது. குறிப்பாக, மெக்ஸிகோ பெண்களின் தாமிர நிறம்.

எல்லாவற்றையும் கேட்ட மீரா "எல்லாம் சரிதான், ஆனால் மெக்ஸிகோ பெண்கள் ஒரு விஷயத்தில் தொல்லை பிடித்தவர்கள், தெரியுமா?" என்றாள்.

"கேட்டுக் கொண்டிருக்கிறேன்…"

"பிடித்தால் விட மாட்டார்கள். *Very possessive…*"

"*Like Indians…*"

"இன்னொரு விஷயத்திலும் தொல்லை பிடித்தவர்கள்…" என்று சொல்லி விட்டுக் கண்களைச் சிமிட்டினாள்.

"தெரியும் தெரியும்…"

"அனுபவமோ?"

"அந்த அதிர்ஷ்டம் எனக்கு இல்லை. எல்லாம் கேள்விதான்…"

உடனே பேச்சை மாற்றிய நான் "நீங்கள் எப்படி இந்தியரைப் போல் இருக்கிறீர்கள். பெயரும் வேறு டிபிகல் இந்தியப் பெயர்… எப்படி?" என்று கேட்டேன்.

சிரித்தபடியே "இதற்கான பதிலை நான் ஒரு நானூறு பக்கத்தில் ஒரு நாவலாக எழுதி வைத்திருக்கிறேன். அலெக்ஸ் ஹெய்லியின் ரூட்ஸ் மாதிரி. உங்களுக்குக் காதரினா தெரியும்தானே? நேற்று நாடகம் பார்த்தீர்களே?"

“ஓரளவு மேலோட்டமாக அவர் கதை தெரியும். ஒக்தாவியோ பாஸின் புத்தகம் மூலமாக. எனக்கு ஸ்பானிஷ் தெரியாததால் நேற்றைய நாடகத்தைப் புரிந்து கொள்ள முடியவில்லை.”

காஃபியைக் குடித்து விட்டு “இன்று இள வெயில் அடிக்கிறது, நடக்கலாமா?” என்றாள். எனக்கு ரொபர்த்தோ ஞாபகம் வந்தது. நடக்கலாமா என்று அவன் கேட்டால் குறைந்தது ஐந்து கிலோமீட்டர் என்று பொருள். அதிலும் இந்தத் தென்னமெரிக்க நாடுகள் பூராவுமே சமதளமாக இருப்பதில்லை. எல்லாம் ஒரே மேடு பள்ளம்தான். மலைகள். குன்றுகள். மலைகள். குன்றுகள். ”என்னுடைய விடுதி மொனேதா அரண்மனைக்கு முன்னால் உள்ள ஒரு தெருவில் இருக்கிறது. வேறு இடங்களுக்குப் போனால் அங்கிருந்து என் விடுதிக்குச் செல்ல வழி தெரியாது” என்றேன்.

”ஒன்றும் பிரச்சினை இல்லை. மொனேதா வரை போகலாம். அங்கே அமர்ந்து பேச நல்ல இடம் இருக்கிறது. நான் இங்கே பல்கலைக்கழகத்தில்தான் தங்கியிருக்கிறேன். என்னுடைய நாடகம் முடிந்து விட்டாலும் நாடக விழா இன்னும் மூன்று நாட்கள் தொடரும். நானும் மூன்று நாட்கள் இருப்பேன்.”

நான் ஒரு எழுத்தாளன் என்று சொன்னதும் அவள் சட்டென்று என்னை ஏறிட்டுப் பார்த்துப் புன்முறுவல் செய்தாள்.

“யூகித்தேன்...”

“எப்படி?”

“பொதுவாக இந்தியர்கள் பூமியின் இந்தப் பக்கம் வந்தால் குழுவாகத்தான் வருவார்கள். அமெரிக்காவில் வசிக்கும் இந்தியர்களும் இங்கே அதிகம் வருவதுண்டு. இங்கே என்றால் எங்கள் மெக்ஸிகோவுக்கும் இந்தத் தென்னமெரிக்கா பக்கமும்... ஆனால் தனியாக நான் யாரையும் பார்த்ததில்லை. எல்லோரும் குழுக்களாகத்தான் வருவார்கள். அது என்ன சுற்றுலா என்றே எனக்குப் புரியாது. ஒரு ஊர் என்றால் அதன் மியூசியமும் கட்டிடங்களும் மட்டும்தானா? லோக்கல் மனிதர் ஒருவரிடமாவது அவர்கள் பேசியிருப்பார்களா என்று எனக்குச் சந்தேகமாக இருக்கிறது. மெக்ஸிகோவில் பரவாயில்லை. இந்திய உணவும் மெக்ஸிகோவின் உணவும் கிட்டத்தட்ட ஒன்றுதான். ஆனால் தென்னமெரிக்க நாடுகளில் போய் இந்திய ரெஸ்டாரண்டுகளைத்

தேடிக் கொண்டிருப்பார்கள். பாவம். ஒக்தாவியோ பாஸ் நம்முடைய இரண்டு நாடுகளின் உணவு பற்றி எழுதியிருப்பாரே, ஞாபகம் இருக்கிறதா?”

“அந்த நூலில் எனக்கு ரொம்பப் பிடித்த இடம் அது...”

”மேற்கத்திய நாடுகளின் உணவுகள் ஒவ்வொன்றாக வரும். ஆனால் மெக்ஸிகோவின் உணவும் இந்திய உணவும் இருபது முப்பது ஐட்டமாகச் சேர்ந்து பரிமாறப்பட்டிருக்கும். இதுதான் இந்த இரண்டு நாடுகளின் பன்முகத்தன்மையின் குறியீடு என்கிறார் பாஸ். மேற்கத்திய நாடுகளுக்கு ஒரே மொழி, ஒரே மதம், ஒரே இனம். மெக்ஸிகோவிலும் இந்தியாவிலும் பல மொழிகள், பல கடவுள், பல நம்பிக்கைகள், பல இனங்கள்... நான் சில இந்திய உணவகங்களில் சாப்பிட்டிருக்கிறேன். டஜன் கணக்காக ஐட்டங்களைப் பரப்பி வைப்பார்கள். அதிலும் போஸ்த்ரேயைக்[1] கூட முதலிலேயே தட்டில் வைப்பது வாவ் வாவ்...”

“உணவையும் கலாச்சாரத்தையும் கொண்டு இந்தியாவையும் மெஹீகோவையும் ஒப்பிடுவது பாஸின் பிரமாதமான அப்ஸர்வேஷன் இல்லையா?”

அதற்குப் பிறகு நீண்ட நேரம் தொடர்ந்தது இலக்கிய அரட்டை. அதெல்லாம் கதைக்கு அவசியம் இல்லை. இது சிறுகதை ஆயிற்றே? குறுநாவல் என்றாலாவது சிலதைச் சொல்லலாம். சிறுகதையில் சொன்னால் உங்களுக்கு அலுப்பாக இருக்கும். அதோடு சிறுகதை இலக்கணத்தையும் தாண்டி விடும்.

மூன்று மணி நேரம் எதுவுமே சாப்பிடாமல் பேசிக் களைத்து விட்டோம். மாலை நான்கு மணி ஆகியிருந்தது. காலையில் நான் என் விடுதியில் சாப்பிட்ட ஒரு பாடாவதி ப்ரேக்ஃபாஸ்ட்தான். கொலைப்பசி.

பேச்சினிடையே அவளுக்கு ஒரு விஷயம் ஆச்சரியமாக இருந்தது.

“எப்படி உங்களுக்கு இத்தனை தென்னமெரிக்க எழுத்தாளர்களைத் தெரிந்திருக்கிறது?”

ஆனால் அதற்கு என்னுடைய பதில் அவளை இன்னும் அதிகமாக ஆச்சரியப்படுத்தியது. ”தமிழ்நாட்டில் உள்ள ஒரு முப்பது வயது

1 Postre – dessert – இனிப்பு

இளைஞன் கூட அவன் எழுத்தாளனாக இருந்தால் இத்தனை பேரையும் இதற்கும் மேலாகவும் படித்திருப்பான்."

நிஜமாகவா நிஜமாகவா என்று பலமுறை கேட்ட மீரா தன் கதையைச் சொல்ல ஆரம்பித்தாள்.

அப்போது குறுக்கிட்ட நான் எங்காவது நல்ல உணவு விடுதிக்குப் போய் சாப்பிட்டுக் கொண்டே பேசலாமா என்றேன். அதற்கு அவள் குடித்துக் கொண்டே சாப்பிட்டால் என்ன என்று கேட்டாள். "உணவு விடுதியிலும் குடிக்கலாம்தான். ஆனால் குடிக்கென்றே இருக்கும் இடங்கள் இன்னும் சுதந்திரமாக இருக்கும்... என்ன சொல்கிறீர்கள்?"

"வாழ்க்கையில் முதல் முதலாக ஒரு பெண் இப்படிக் கேட்கிறாள். மிகவும் தாமதமாக... என் வயது அறுபத்தேழு..."

"இது ஒரு டிபிகல் இந்திய மனோபாவம் என்று நினைக்கிறேன். பெண்ணுக்கும் வயதுக்கும், குடிக்கும் வயதுக்கும் என்ன சம்பந்தம் என்றே எனக்குப் புரியவில்லை. அநேகமாக எந்தத் தென்னமெரிக்கனுக்கும் அது புரியாது."

உடனே அது பற்றி விளக்கினேன். ஒரு நல்ல உயர்தரமான பப்புக்கு அழைத்துச் சென்றாள். "நீ ஒரு எழுத்தாளன் என்பதாலும் எங்கள் ஊர்ப் பக்கம் வந்திருக்கிறாய் என்பதாலும் நீ இன்று என்னுடைய கெஸ்ட்" என்றாள்.

"இந்த விதியை நான் மெஹீகோ வரும்போது கடைபிடி. இன்று நீதான் என் கெஸ்ட்."

"ஓகே. நாளை என்ன நாம் பார்க்காமலா போய் விடப் போகிறோம்? நாளை நீ என் கெஸ்ட். ஆமாம், எத்தனை நாள் இங்கே இருப்பாய்?"

நான் இங்கே தனியாக மாட்டிக் கொண்ட கதையைச் சொன்னேன்.

"ஓ, நீயும் கோஷ்டி ஆள்தானா?"

அவளுடைய ஆங்கிலத்தின் இடையே ஸ்பானிஷ் கலக்கும் போது என்னை நீ என்று ஒருமையில் அழைப்பதை கவனித்தேன். ஸ்பானிஷில் தமிழைப் போல் நீ நீங்கள் வித்தியாசம் உண்டு. ஆனால் ஆங்கிலத்தில் அந்த வித்தியாசம் இல்லாததால் நான் *you*வையே பயன்படுத்த வேண்டியிருந்தது.

மீரா சொன்ன கதையின் சுருக்கம். மீரா என்ற காதரினா ஆக்ராவிலிருந்து கடத்தப்பட்ட போது அவளோடு கூட இருந்தவள் மீராவின் பணிப்பெண் ஆலியா. தன் எஜமானியம்மாளே அடிமையாகி விட்டபோது பணிப்பெண் என்ன ஆவாள்? மீராவுக்கு என்னவெல்லாம் ஆனதோ அதெல்லாம் ஆலியாவுக்கும் ஆனது. ஒன்றே ஒன்றைத் தவிர. ஆலியாவுக்கு எந்த அற்புதங்களும் நடக்கவில்லை. அவள் எப்போதும் போல் எல்லோருடைய பணிப்பெண்ணாக மட்டுமே இருந்தாள். மீரா காதரின்னாக மாறி அற்புதங்கள் நிகழ்த்த ஆரம்பித்த போது ஆலியா திருமணம் செய்து கொண்டு குடும்ப வாழ்வில் நுழைந்தாள். திருமணத்தில் அவளுடைய விருப்பம் எதுவும் இல்லை என்று தெரிகிறது. எல்லாம் காதரினாவின் விருப்பம் போல் நடந்தது. தனக்காக ஆலியா பிரம்மச்சரியம் சுமக்க வேண்டாம் என்று கருதினாள் காதரினா. மேலும், ஆலியா பிரம்மச்சரிய வாழ்க்கைக்கு உகந்தவள் அல்ல என்றும் நினைத்திருக்கலாம். குடும்ப வாழ்வில் இருந்தாலும் காதரினாவின் பார்வையிலேயே இருந்தாள் ஆலியா. ஆலியாவுக்குப் பெண் குழந்தை பிறந்தது. அதற்கு மட்டும் காதரினாவின் விருப்பத்தை மீறி மீரா என்று பெயரிட்டாள் ஆலியா. (காதரினாவின் விருப்பம் மேரி.) அதற்குப் பிறகு அந்தச் சந்ததியில் ஒரு குடும்பத்தில் ஒரு பெண் குழந்தைக்கு மீரா என்றே பெயரிடப்பட்டது. இதோ உன் முன்னே அமர்ந்திருப்பதும் அப்படி ஒரு மீராதான்."

கதை அநேகமாக முடிவை நோக்கி வந்து விட்டது. அட, இப்போதுதானே ஆரம்பம் என்கிறீர்களா? ஆமாம், அதுதான் முடிவும். மீரா அன்றைய தினம் பிஸ்கோ சோர் அருந்தினாள். பகல் என்பதால் நான் வைன் குடித்தேன். அதற்குப் பிறகும் என் விடுதிக்குப் போய் என் அறையில் அமர்ந்து பேசினோம். குடித்தோம். அறையில் பிஸ்கோ சோர் இருந்தது. பேச்சு பேச்சு அப்படி ஒரு பேச்சு. இருவரும் உறங்கும் போது அதிகாலை ஐந்து மணி இருக்கும்.

அநேகமாக நான் ஒரு பெண்ணுடன் தனியாக ஒரு விடுதியின் அறையில் உறங்குவது அதுதான் முதல் முறை. ரவியும் வருவார் என்பதால் இரண்டு கட்டிலுக்கான அறையையே எடுத்திருந்தேன். மேலும் ஒற்றைக் கட்டில்கள் எனக்கு ஆகாது. உறக்கத்தில் விழுந்து விடுவேன். அடிக்கடி அப்படி விழுந்திருக்கிறேன். வீட்டில் அப்படி

விழுந்து விடாமல் இருக்க என் இரண்டு பக்கத்திலும் ஒவ்வொரு தலையணையை வைப்பது வைதேகியின் வழக்கம். ஆனால் நான் பார்த்த எல்லா விடுதிகளிலுமே இருவருக்கான அறை என்றாலும் கட்டில் இரண்டும் தனித்தனியாகவே போடப்பட்டிருக்கும். நடுவே ஒரு ஸ்டூலும் இரவு விளக்கும் தடுக்கும். அவை நகர்த்த முடியாதபடி பொருத்தப்பட்டிருக்கும். இந்த அறையும் அவ்வாறே இருந்தது. ஆண் பெண் ஜோடியாக வந்தால் *couple room* என்று கேட்க வேண்டும் போலிருக்கிறது. இம்மாதிரி விடுதி அறைகளில் உள்ள தனிக் கட்டில்களில் பக்கவாட்டில் தலையணையும் போட முடியாது. இடம் இருக்காது. கொஞ்சம் புரண்டாலும் விழ வேண்டியதுதான். ஆனாலும் வீட்டில் விழுந்திருக்கிறேன். விடுதிகளில் குடித்து விட்டுப் படுக்கும்போது விழுந்ததில்லை.

நல்லவேளை, ஒரே கட்டில் என்றால் கொஞ்சம் சங்கடமாகத்தான் இருந்திருக்கும். எப்படி ஒரு அந்நிய ஸ்த்ரீயுடன் ஒரே கட்டிலில் சரீரம் படாமல் தனித்தனியாகப் படுத்து உறங்குவது?

மறுநாள் நான் பன்னிரண்டு மணிக்கு எழுந்த போது ஆளைக் காணோம். ஆச்சரியமாக இருந்தது. ஏதோ ஹாலிவுட் படங்களில் நடப்பது போல் இருக்கிறதே? அவளுடைய போன் நம்பரையும் வாங்கி வைத்துக் கொள்ளவில்லை என்பது அப்போதுதான் ஞாபகம் வந்தது.

சரி, நடப்பது நடக்கட்டும் என்று அதோடு அந்த எண்ணத்தை மனதிலிருந்து அகற்றினேன். எதையும் போட்டுக் குழப்பிக் கொண்டிருப்பது எனக்குப் பிடிக்காது. மேலும் ஒரு நாள் அவளிடமிருந்து எந்தத் தகவலும் இல்லை என்றால் மீண்டும் பல்கலைக்கழகத்துக்குப் போய் நாடக விழாவில் தேடலாம் என்று வைத்துக் கொண்டேன்.

மறுநாள் ரொபர்த்தோ வந்திருந்ததால் அவனோடு கிளம்பி ஈஸ்லா நேக்ரா *(Isla Negra)* கடற்கரைக்குப் போனேன். வாழ்ந்திருக்கிறார் நெருதா. சாந்த்தியாகோவிலிருந்து 108 கி.மீ. ஒன்றரை மணி நேரப் பயணம். மாலையில் திரும்பினோம். குடிக்கப் போகலாம் என்று அழைத்தான். இல்லை, ஓய்வெடுக்கப் போகிறேன் என்று சொல்லி விட்டு அவசர அவசரமாகப் பல்கலைக்கழகத்துக்குப் போய் நாடக விழா நடக்கும் இடத்துக்குப் போனேன். மீரா இல்லை. யாரிடம் கேட்பது என்றும் தெரியவில்லை.

குழப்பத்துடன் விடுதிக்குத் திரும்பினேன். வரவேற்பறை ஆளைப் பார்த்தேன். அவன் என்னை வெறுமையாகப் பார்த்தான். நானும் அவனை வெறுமையாகவே பார்த்து விட்டு அறைக்குப் போனேன். ரொபர்த்தோவுக்கு ஃபோன் போட்டு குடிக்க அழைக்கலாமா என்று யோசித்த போது அழைப்பு மணி. ஆ மீரா என்று ஆர்வத்துடன் கதவைத் திறந்தால் வரவேற்பறை ஆள். உங்கள் தோழி இதை உங்களிடம் கொடுக்கச் சொன்னார் என்று ஸ்பானிஷில் சொல்லி ஒரு உறையை நீட்டினான்.

அடப்பாவி, இதை நான் வரும்போதே கொடுத்திருக்கலாமே என்று நினைத்துக் கொண்டேன். ஒரு வார்த்தை ஆங்கிலம் தெரியாதவன். ஒரு வெள்ளைக் காகிதத்தில் *La Piojera* என்று பென்ஸிலில் கிறுக்கியிருந்தது. கூகிளில் பார்த்தேன். ஒன்றரை கி.மீ. விடுதி வாசலிலேயே ஒரு வாடகைக் காரை எடுத்துக் கொண்டு ஓடினேன். மணி ஐந்து.

”காலையிலேயே நீ வருவாய் என்று நினைத்து நாடக அரங்கம் சென்றேன். நீ இல்லை. ஃபோன் நம்பர் கொடுக்காதது தப்பாயிற்று. உன் அறைக்கு வந்தேன். நீ ரொபர்த்தோவுடன் சென்றிருப்பதாகச் சொன்னார்கள். திரும்பவும் நாடக விழாவுக்குச் செல்ல மனசில்லை. இங்கே வந்து விட்டேன். இன்று வைன்தான்.”

எவ்வளவு போயிற்று என்றேன். ஆள் காட்டி விரலைக் காட்டினாள்.

ம். பாதகமில்லை. எனக்கு பிஸ்கோ சோர்.

அன்றைய தினம் லா பியோஹெராவில் ஒரு சம்பவம் நடந்தது. அந்த அவசரத்திலும் அவளுக்கு நான் கொடுப்பதற்காக வைத்திருந்த ஆங்கிலத்தில் மொழிபெயர்க்கப்பட்ட என்னுடைய புத்தகம் ஒன்றை எடுத்து வந்திருந்தேன். லத்தீன் அமெரிக்க சினிமா பற்றியது. பிரித்துப் பார்த்தாள். கண்களை அகல அகல விரித்தாள்.

“நீ இத்தனை பெரிய ஆள் என்று தெரியாமல் உன்னை தூ தூ என்று ஒருமையில் அழைத்துக் கொண்டிருக்கிறேனே. இனிமேல் உஸ்தேத் என்றுதான் அழைக்க வேண்டும் போல?” என்றாள்.

“அப்படியானால் நானும் உன்னை செஞ்ஞோரீத்தா என்றல்லவா அழைக்க வேண்டும்? அசட்டுப் பேச்சை நிறுத்து...”

அப்போது எங்களுக்குப் பணிபுரிந்து கொண்டிருந்த பெண் மீராவை நெருங்கி புத்தகத்திலிருந்த என் புகைப்படத்தைக் காட்டி

ஏதோ கேட்டாள். இவளும் ஆமாம், ஆமாம், எஸ்க்ரித்தோர் என்றாள்.

எனக்குப் புரிந்து விட்டது. மீரா சொன்னாள். இந்தப் புத்தகம் அவளுக்கு வேண்டுமாம். உன் கையெழுத்தோடு. அதற்காக எத்தனை டாலர் வேண்டுமானாலும் தருகிறேன் என்கிறாள்.

ஆயிரம் டாலர்?

ஓ எஸ். ஆனால் ஒரு நிபந்தனை.

என்ன?

உங்களோடு நான் புகைப்படம் எடுத்துக்கொண்டு அதை என்னுடைய இன்ஸ்டாகிராமில் போடுவேன்.

வேண்டாம் அம்மணி. நான் இலவசமாகவே கையெழுத்துப் போட்டுத் தருகிறேன் என்று சொல்லி கையெழுத்துப் போட்டுக் கொடுத்தேன்.

அவளும் நானும் எடுத்துக் கொண்ட புகைப்படம் வெளியே வந்தால் அது என் தற்கொலைக்குச் சமம். அவள் மேலே ஒரு ஜிகினா ரிப்பனும் கீழே ஒரு முக்கோண ஜிகினாவும்தான் அணிந்திருந்தாள்.

மீராவுக்கு என் அறையில் இருக்கும் இன்னொரு பிரதியைக் கொடுப்பதாகச் சொன்னேன்.

எஞ்ஜாய் என்றவள் "அவளுக்கு உன் மீது ஆர்வம் வந்து விட்டது. அது இந்த ஊரில் சகஜம்தான். ஜாக்கிரதையாக இரு. இங்கே எழுத்தாளர்கள் என்றால் ராக் ஸ்டார்கள் மாதிரி" என்றாள்.

மறுநாளும் மீராவும் நானும் லா பியோஹெராவிலேயே சந்தித்தோம். அங்கேதான் அதிக சத்தம் இல்லாமல் இருந்தது. நிதானமாகப் பேச முடிந்தது. அப்போது அந்தப் பணிப்பெண் ஒரு காகிதத்தை என்னிடம் கொடுத்தாள். ஸ்பானிஷில் எழுதியிருந்தது.

"மதிப்புக்குரிய எழுத்தாளர் பெருமாள்...

அதிகாலையில் என் வேலை முடிந்ததிலிருந்து தூங்காமல் உங்கள் புத்தகத்தையே படித்துக் கொண்டிருந்தேன். நேராக வேலைக்கு வந்து விட்டேன். அந்தப் புத்தகத்தைப் படித்ததால் உங்களிடம் இதைக் கேட்கலாம் என்று தோன்றியது.

நீட்டி வளர்த்தாமல் சொல்லி விடுகிறேன். நான் இந்தியா வர விரும்புகிறேன். ஒரே ஒரு மாதம் எனக்குத் தங்க இடமும் உணவும் கொடுத்தால் போதும். நான் ஓட்டல் மேனேஜ்மெண்ட் படித்திருக்கிறேன். அங்கே எனக்கு நல்ல வாய்ப்பு கிடைக்கும். ஆனால் நான் இந்தியா வர விரும்பும் ஒரே காரணம், அங்கே இப்படி நிர்வாணமாக வேலை செய்ய வேண்டிய அவசியம் இருக்காது. எனக்கு நிர்வாணமாக வேலை செய்வதில் எந்தப் பிரச்சினையும் இல்லை. ஆனால் மைனஸ் மூன்று டிகிரி செல்ஷியஸில் அப்படி நடமாடுவது மிகவும் கஷ்டமாக இருக்கிறது. உள் அறையின் வெப்பநிலை சற்றே கூடுதல் என்றாலும் கூட…

அலெஹாந்த்ரா.”

இதில் ஏதேனும் சிக்கல் இருக்குமா என்று மீராவிடம் கேட்டு, சிக்கல் இல்லாவிட்டால் இவளுக்கு நான் உதவத் தயார் என்றேன். அவள் அலெஹாந்த்ராவை அவளுடைய ஆவணங்களை எடுத்துக் கொண்டு நாளை பல்கலைக்கழகத்துக்கு வரச் சொன்னாள். என்னையும்.

மீரா எனக்காகத் தன் பயணத்தை ஒத்திப் போட்டு விட்டாள். விழா முடிந்ததும் பல்கலைக்கழகத்திலிருந்து பையை எடுத்துக் கொண்டு என் அறைக்கு வந்து விட்டாள். ஆனால் நாளை இரவு ரவி பொலிவியாவிலிருந்து வந்து விடுவார். அதற்குள்ளா எட்டு நாட்கள்?

இன்று ஏழாவது நாள். நாளை மறுநாளிலிருந்து ரவியுடன் சேர்ந்து மூன்று தினங்கள் இங்கே சீலேயில் ஒரு குழுவுடன் சுற்ற இருந்தது. ஆக, இன்றிலிருந்து ஐந்து நாட்கள் என்னோடு இருக்க முடியுமா என்று மீராவிடம் கேட்டேன். நாளை காலையே வேறொரு விடுதியில் அறை பிடித்து விடலாம். ரவியை விமான நிலையத்தில் சந்தித்துக் கொள்ளலாம். ஐந்து தினங்களும் சுற்றலாம்.

பிரச்சினை இல்லை என்று சொல்லி விட்டாள் மீரா. அதிகம் குடிக்காமல் ஊர் சுற்றலாம் என்று முடிவு செய்தோம். சாந்த்தியாகோவின் சுற்று வட்டாரத்திலேயே ஊர் சுற்றிப் பார்க்க எக்கச்சக்கமான இடங்கள் இருந்தன. எல்லாம் முப்பது நாற்பது கி.மீ. தூரம் என்றபடியால் மாலை நகரத்துக்குத் திரும்பி விடுவோம்.

ஏழு மணி ஆகி விட்டால் கொஞ்சம் வைன் என்று அவளோ, அவள் சொல்லாவிட்டால் நானோ பேச்சை எடுப்போம்.

அப்போது ஆரம்பித்தால் காலையில் ஐந்து மணி ஆகி விடும். பேச்சு குடி பேச்சு குடி. பேச்சு குடி. அவளுடைய சொந்த வாழ்க்கை பற்றி எதுவும் கேட்கக் கூடாது என்று தீர்மானமாக இருந்தேன். அதேபோல் அவளைத் தீண்டக் கூடாது என்பதிலும். ஒரு பெண் என்றால் சரீரத்தைப் பகிர்ந்து கொண்டே ஆக வேண்டுமா? ஆனால் அது சம்பந்தமாக என்னைப் பல சந்தேகங்கள் தொடர்ந்து மொய்த்தன. இத்தனை அந்நியோந்நியமாகப் பழகி விட்டு சரீர சம்பந்தம் என்பது அநிச்சையாக அதன் போக்கில் நிகழ்ந்தால் அதை ஒரு பலத்த வேலி போட்டுத் தடுத்துத்தான் ஆக வேண்டுமா? நாம் எதிலுமே அப்படி ஒரு கொள்கை வெறியன் அல்லவே? நாமாக முயற்சி செய்யக் கூடாது. அது அசிங்கம். அதுவே தன்னியல்பாக நடந்தால் தடுக்க வேண்டாம்.

ஐந்து நாளில் இரண்டாம் நாள் இரவு. இரண்டு பேரும் பிஸ்கோ சோர். பிஸ்கோ சோர் கொஞ்சம் வீரியம். கொஞ்சம் என்ன, அதி வீரியம்தான். இரவு ஒரு பத்து மணி அளவில் "கொஞ்சம் பொறு, குளித்து விட்டு வருகிறேன்" என்று சொல்லி உள்ளே போனவள் ஷவரை முடித்து விட்டு வெள்ளை நிற டர்க்கி ஓவர் கோட் மாதிரி ஒன்றை மாட்டிக் கொண்டு வந்தாள். அதை இங்கே அறை எடுத்ததும் வார்ட்ரோபில் பார்த்தேன். இதற்குத்தானா அது? நடுவில் கட்டும் கயிறு இல்லை போல. பொத்தான்களும் இல்லை. முன்பக்கம் மேலிருந்து கீழ் திறந்திருந்தது. ஒரு சிறுவனைப் போல் தலையைத் தாழ்த்திக் கொண்டேன். இந்தியர்களின் குருதியிலேயே ஓடுகிறது போலும் தேகம் பற்றிய இந்த லஜ்ஜை. உள்ளே வந்தவள் அதற்குப் பிறகுதான் பேண்டீஸ் அணிந்து மேலே ஒரு கையில்லாத பனியனை அணிந்து கொண்டாள். கச்சை அணியவில்லை. இப்படி என்னால் இத்தனை சுவாதீனமாக குளியலறையிலிருந்து வந்து ஆடை மாற்றிக் கொள்ள முடியுமா என்று கற்பனையும் செய்ய முடியவில்லை.

என்ன என் மதிப்புக்குரிய எழுத்தாளர் அவர்களே, என்ன ஆழ்ந்த யோசனை?

உன் உடம்புதான், வேறு என்ன?

அவ்வளவு பிரச்சினை என்றால் அதை 'ரிஸால்வ்' பண்ணி விட வேண்டியதுதானே?

அதை 'ரிஸால்வ்' பண்ணுவதில் இரண்டு பேர் சம்பந்தப்பட்டிருக் கிறார்களே?

நெட்டில் எழுத்தாளரின் கதைகள் சில ஆங்கிலத்தில் கிடைத்தன. நாலைந்து நாட்களாக அதைத்தான் படித்துக் கொண்டிருக்கிறேன். அவர் இந்தப் பிரச்சினையை 'ரிஸால்வ்' பண்ணுவதில் நிபுணர் மாதிரி அல்லவா தெரிகிறார்?

எழுத்து வேறு, வாழ்க்கை வேறு இல்லையா?

இதுதான் நீ 'ரிஸால்வ்' பண்ணுவதன் முதல் படி என்று எனக்குத் தெரியும் ப்ளடி ராஸ்கல்...

அதற்குப் பின் இருவருக்கும் வார்த்தைகளின் தேவை இருக்கவில்லை. இடி மேகத்துடன் பெருமழை பெருகி மண்ணில் கரைவது ஓடுவது போல் இரண்டு தேகங்களும் கலவி கொண்டாடின.

அவளுக்கு மெக்ஸிகோவில் ஒரு காதலன் இருக்கிறான். ஆவணப் பட இயக்குனன்.

என்னைப் பற்றி அவனுக்குத் தெரிந்தால்?

என்ன இது, முட்டாள்தனமான கேள்வி? அவனுக்கு ஏன் உன்னைப் பற்றித் தெரிய வேண்டும்? நீ என்னுடைய அந்தரங்கம் இல்லையா? ஒரு பெண்ணோ அல்லது ஆணோ ஒரு இணையைத்தான் காதலிக்க வேண்டும் என்று ஏதாவது சட்டம் இருக்கிறதா? அப்படி இருந்தாலும் மனம் அதைக் கேட்குமா?

அவளுடைய கேள்விக்கு நான் பதில் சொல்லவில்லை. ஆனால் அன்று இரவு ஏழெட்டு சுற்று பிஸ்கோவுக்குப் பிறகு "நான் முதலில் சொன்னது உளறல். நீயே இப்போது அந்த வெனிஸுவலாக்காரி அலெஹாந்த்ராவுடன் இந்தப் படுக்கையில் கிடப்பதை நான் பார்க்க நேர்ந்தால் அதற்குப் பிறகு உன் தொடர்பை நிறுத்தி விடுவேன் என்பதுதான் பச்சையான உண்மை பெறுமால்" என்றாள்.

★★★

விமான நிலையத்துக்கு வந்திருந்தாள் மீரா. ரவிக்கு அறிமுகப்படுத்தினேன். கிளம்பும்போது என்னை இறுக அணைத்து நீண்டதொரு முத்தம் தந்தாள். யாருங்க பெருமாள் இது என்று பெரும் ஆச்சரியத்துடன் கேட்டார் ரவி. என்னால் பதில் சொல்ல முடியவில்லை. தமிழ் சினிமா நாயகனைப் போல் தொண்டை அடைத்தது. கண் கலங்கி நீர் முத்து கீழே விழுந்து விடுமோ என அஞ்சினேன்.

ஒருக்கணம் திரும்பிப் பார்த்தேன். திரும்பிக் கொண்டிருந்தாள் மீரா. மீரா என்று குரல் கொடுத்தேன்.

ஒரு நிமிடம்.

வந்தாள். அவளை அணைத்து கண்களிலும் கன்னங்களிலும் கழுத்திலும் உதட்டிலும் என் உதடுகளால் ஒத்தி எடுத்தேன். சட்டென்று திரும்பி விட்டேன்.

★★★

அலெஹாந்த்ரோவின் ஆவணங்கள் அனைத்தும் சரியாக இருந்ததால் வீசாவைப் பெற்றுக் கொண்டு மதறாஸ் வரச் சொல்லியிருந்தேன். ஓரிரு மாதங்களில் அவளுக்கு வீசா கிடைத்தது. இங்கே என் நண்பர்களிடம் சொல்லி அவள் தங்குவதற்கு ஏற்பாடு செய்தேன். வந்தவுடனேயே அவளுக்கு வேலையும் கிடைத்தது.

மீராவை மீண்டும் சந்திப்பதற்கு சென்ற ஆண்டு (2020) மார்ச் மாதம் மெக்ஸிகோ சென்றிருக்க வேண்டும். கொரோனா குறுக்கிட்டது. ஒரு வருடமாக வெறும் கடிதங்களில்தான் ஓடிக் கொண்டிருக்கிறது. நாவலை முடித்து விட்டாளாம். ஆங்கிலத்தில் மொழிபெயர்த்தால் முதல் பிரதி எனக்குத்தான் என்கிறாள். நான்தான் அதைத் தமிழில் மொழிபெயர்க்க வேண்டுமாம். *(மறுபடியுமா?)*

சாந்த்தியாகோவிலிருந்து இந்தியாவுக்குத் திரும்பிய புதிதில் ”அலெஹாந்த்ராவுடன் தொடர்பு உண்டா, எப்படி இருக்கிறாள்?” என்று கேட்டாள் மீரா. ”வேலை வாங்கிக் கொடுத்ததோடு சரி, அவளும் டாட்டா சொல்லி விட்டுப் போய் விட்டாள். அதற்குப் பிறகு அவளோடு என்ன?” என்று வாட்ஸப் பண்ணினேன். வாட்ஸப் போகவில்லை. கோவாவில் சிக்னல் கிடைப்பது கஷ்டம்.

”என்ன அமோர், நான் இருக்கும்போது ஃபோனில் பிஸியாக இருக்கிறாய்? யார், செஞோராவா?” என்றாள் அலெஹாந்த்ரா கண்களைச் சிமிட்டியபடி. மெஸேஜைக் காண்பித்தேன். ஹாஹா என்று சிரித்தபடியே என்னைக் கட்டிப் பிடித்து ஒரு ஃப்ரெஞ்ச் கிஸ் அடித்தாள்...

மார்ச் 24, 2021

★★★

தொலைந்து போன புத்தகம்...

அப்போது இலக்கியம் ஒரு கண், குடி இன்னொரு கண். அப்படி ஒரு குடி. ஆனால் குடியைக் குடிக்காகக் குடிப்பதில்லை. அதுவும் ஒரு தோது. தி. ஜானகிராமனும் கு.ப.ரா.வும் வெற்றிலைப் பாக்கும் புகையிலுமாக இரவு பூராவும் இலக்கியம் பேசுவார்களாம். ஒவ்வொரு காலத்துக்கும் ஒவ்வொரு அய்ட்டம். அப்போது வெற்றிலைப் பாக்கு புகையிலை. இப்போது குடி. பாரிஸிலிருந்து வாசன் வந்திருந்தான். நெருங்கிய நண்பன். சென்னை வந்தால் சின்மயா நகரில் ராமானுஜம் வீட்டில்தான் தங்குவான். இங்கே ராமானுஜத்தை உங்களுக்கு அறிமுகப்படுத்த வேண்டும். பெயருக்கேற்ற புத்திசாலி. வடகலையா தென்கலையா தெரியவில்லை. ஆனால் கடுமையான பெரியாரியவாதி. புதிதாக மதம் மாறியவர்கள் மனித வெடிகுண்டாக மாறுவார்கள் இல்லையா, அதேபோல் இவனும் எப்போது பார்த்தாலும் பாப்பான் பாப்பான் என்று திட்டிக் கொண்டிருப்பான். ஆனால் அவன் எதையெதையெல்லாம் திட்டுகிறானோ அதெல்லாம் அவனிடமே உருத்திரண்டு உட்கார்ந்திருக்கும்.

ஒரு வேலை செய்ய மாட்டான். அவனுடைய எல்லா வேலைகளையும் அவனுடைய நண்பர்கள்தான் செய்ய வேண்டும். சிகரெட்டைக் குடித்து விட்டுத் தரையிலேயே நசுக்குவான். யாராவதுதான் அதைப் பெருக்க வேண்டும். பெருக்கினால்

சாம்பல்தானே போகும்? அந்தக் கரிக் கறை போகுமா? இப்படியெல்லாம் கேட்டால் பூர்ஷ்வா என்று திட்டுவான். அவன் சாப்பிட்டால் கூட அவன் சாப்பிட்ட தட்டை நான்தான் கழுவ வேண்டும். ஆம், கொஞ்ச நாள் அவன் என் அறைவாசியாக இருந்தான்.

பிறகு சின்மயா நகர் போய் விட்டான். ஒரு மாதிரி கல்யாணமும் ஆகி விட்டது. அது ஏன் ஒருமாதிரி என்றேன் என்றால், மரபு சார்ந்த கல்யாணம் அல்ல. இப்போது சொல்கிறோம் இல்லையா, அந்த மாதிரி சேர்ந்து வாழ்தல். எல்லாம் நடந்து இப்போது ஒரு இருபது வருடங்கள் இருக்கும்.

என்னவோ தெரியவில்லை, ஆரம்பத்திலிருந்தே எனக்கும் அவனுக்கும் ஆகவில்லை. ஏனென்றும் புரியவில்லை. இந்த சிகரெட்டைத் தரையில் நசுக்குவதுதான் காரணம் என்று நினைக்கிறேன். இதை நான் சுத்தம் அசுத்தம் சார்ந்த விஷயமாகப் பார்க்கவில்லை. அடுத்த மனிதனை அவன் சுரண்டுகிறான். அடுத்த மனிதனின் உழைப்பில் வாழ்கிறான். அதுதான் எனக்குக் கோபம். இன்னொரு விஷயம். நாலைந்து பேர் கூட்டாகச் சேர்ந்து வாழும்போது நம் இஷ்டத்துக்கு அறை நடுவில் வாந்தி எடுக்கக் கூடாது. ராமானுஜம் எடுப்பான். நாம்தான் சுத்தம் செய்ய வேண்டும். அவன் தொட மாட்டான். கக்கூஸ் நாம்தான் கழுவ வேண்டும். அப்புறம் எதற்கு ஐயா பாப்பான் பாப்பான் என்று திட்டுகிறாய்?

நான் போஸ்டல் ஸ்டோர்ஸ் டெப்போவில் வேலையாக இருந்தபோது அவன் எழும்பூர் தொலைபேசியில் இருந்தான். அவன் கிளார்க். நான் ஸ்டெனோ. கிளார்க் என்றால் படு சுதந்திரம் உண்டு. ஸ்டெனோ என்றால் கிட்டத்தட்ட தாசி. வேசி என்றால் கோபித்துக் கொள்வார்கள். அப்படித்தான் ஒருமுறை எழுதி ஆஃபீஸில் எனக்கு மெமோ கொடுத்து விட்டார்கள். இப்போது அப்படிச் செய்ய முடியாது என்றாலும் நான் கொஞ்சம் கனிந்து விட்டதாகத்தான் எனக்கே தோன்றுகிறது.

தினந்தோறும் மதியம் போய் அவன் ஆஃபீஸில் பார்த்துப் பேசிக் கொண்டிருப்பேன். தினமும். ஆட்டோவில் போய் ஆட்டோவில் திரும்புவேன். போஸ்டல் ஸ்டோர்ஸ் டெப்போ ஈகா தியேட்டர் அருகே உள்ளது. அங்கிருந்து அவன் ஆஃபீஸ் ஒரு கிலோமீட்டர்

இருக்கும். இப்படியே ஒரு வருடம் போயிருக்கும். ஒருநாள் ஏதோ ஒரு இலக்கிய விவகாரம் தொடர்பான விவாதம். வாக்குவாதம். சர்ச்சை. கோபத்தில் நான் "இனிமேல் நாம் சந்திக்க வேண்டாம் ராமானுஜம்" என்றேன்.

"நான் சந்திக்கவில்லையே பெருமாள், நீங்கள்தான் தினமும் என்னைத் தேடி வருகிறீர்கள்" என்று கவர்ச்சியாக சிரித்துக் கொண்டே சொன்னான். ஆங், சொல்ல மறந்து போனேன். ராமானுஜத்துக்குக் கோபமே வராது. சிரித்துக் கொண்டேதான் பேசுவான். ஆனால் அவன் பேச்சைக் கேட்டு மற்றவர்கள் கொந்தளித்துச் சீறுவார்கள். அப்போதும் சிரித்துக் கொண்டே அவர்களை ஊசியால் குத்திக் குத்தி மகிழ்வான் ராமானுஜம். அப்படி ஒரு ஊசியைத்தான் குத்தினான் அப்போது. அப்படியே பளார் என்று கன்னத்தில் வாங்கியது போலிருந்தது எனக்கு. அப்போதுதான் எனக்கே உறைத்தது, ஆஹா, நாம்தானே இவனைத் தேடி தினமும் வருகிறோம்? இவன் நம்மைத் தேடி ஒருநாள் வந்ததில்லையே?

அன்றிலிருந்து அவனைப் பார்ப்பதை நிறுத்தி விட்டேன். ஆனால் அவன் மட்டும் எந்த இலக்கியக் கூட்டத்தில் பார்த்தாலும் என்னிடம் கவர்ச்சியாக சிரித்தபடி நலம் விசாரிப்பான்.

வாசன் ஃபோன் பண்ணினான். பெருமாள், எப்போது சந்திக்கலாம்.

அன்று இரவு. ராமானுஜம் வீடு.

உயிரே போனாலும் நான் ராமானுஜம் வீட்டுக்கு வர மாட்டேன் என்றேன்.

"இதோ பாருங்கள் பெருமாள், நான்தான் உங்களை அழைக்கிறேன். இன்னும் பதினைந்து நாட்களுக்கு ராமானுஜம் வீடுதான் என் முகவரி. சரியா? நீங்கள் வருகிறீர்கள்."

நான் எவ்வளவோ சொல்லிப் பார்த்தேன். வாசன் கேட்கவில்லை. நீங்கள் ராமானுஜம் கெஸ்ட் அல்ல. சரியா? என் கெஸ்ட்.

போனேன். பேசினோம். குடித்தோம். எங்களுக்கு சற்றும் சம்பந்தமில்லாத கிருஷ்ண குமாரும் அங்கே இருந்தான். அவன் சுந்தர ராமசாமி கோஷ்டியைச் சேர்ந்தவன். அவன் எங்கே இங்கே? நாங்கள் பேசுவது எதுவுமே அவனுக்குப் புரியாதே? எப்படி வந்தானோ என்னவோ, நானும் கேட்கவில்லை.

ஆனால் மிக முக்கியமான விஷயம் என்னவென்றால், ராமானுஜம் என்னுடன் பேசும் போது ஏதோ முந்தின நாள்தான் நாங்கள் சந்தித்துப் பிரிந்தது போல் பேசிக் கொண்டிருந்தான். நாங்கள் பல ஆண்டுகளாக சந்தித்துக் கொள்வதில்லை என்ற விஷயமே அவன் பேச்சில் தெரியவில்லை.

வழக்கம் போல் நள்ளிரவு இரண்டு மணி வரை விவாதம் ஓடியது. என்ன பேசினோம் என்பதெல்லாம் இப்போது ஞாபகம் இல்லை. ஆனால் ஒரே ஒரு சம்பவம் மட்டும் வாழ்நாள் முழுக்கவும் மறக்காது.

வீட்டை விட்டு வெளியே வந்தேன். அடுத்த தெருவில்தான் என் வீடு இருந்தது. இடையில் கூவம் ஓடுகிறது. கூவத்துக்கு இந்தப் பக்கம் ராமானுஜம் வீடு. அந்தப் பக்கம் என் வீடு.

வெளியே வந்ததும், "பெருமாள், ஒரு நிமிஷம்..." என்று எப்போதும் போல் கவர்ச்சியாக சிரித்தபடியே அழைத்தான் ராமானுஜம்.

சொல்லுங்க ராமானுஜம் என்றபடியே அவன் அருகில் போனேன்.

"ஒண்ணுமில்ல... இனிமே என் வீட்டுக்கு வராதீங்க... சரியா?"

அதைக் கேட்டதும் அடுத்த நொடி அவன் முகத்தில் ஒரு குத்து விட்டேன். அதற்குப் பிறகு ஒரே கெட்ட வார்த்தை (நான் தான்), அடிதடி. ஆனால் நண்பர்கள் விலக்கி விட்டு விட்டார்கள். வாசனுக்கும் செம கெட்ட வார்த்தை அர்ச்சனை. முட்டாக் கூதி, உன் பேச்சைக் கேட்டு வந்ததால்தானேடா இந்த செருப்படி எனக்கு... இத்யாதி.

இதோடு முடிந்திருந்தால் இதை நான் எழுதியே இருக்க மாட்டேன். இனிமேல்தான் இருக்கிறது கதை.

இது ஒரு பாடம் என்று வீட்டுக்குப் போய் விட்டேன். மறுநாள் வாசன் ஃபோன் செய்து என்னை அழைத்ததற்கு வருத்தம் தெரிவித்து விட்டு, "என்ன இருந்தாலும் நீங்கள் செய்தது தப்பு பெருமாள்" என்றான்.

"அவன் சொன்ன வார்த்தைக்கு இன்னும் பலமாகக் கொடுத்திருக்க வேண்டும். அவன் சொன்னதைப் பற்றி ஆட்சேபணை இல்லை. அதை அவன் ஆரம்பத்திலேயே சொல்லியிருக்க வேண்டும். நான் அப்போதே கிளம்பியிருப்பேன்" என்றேன்.

“சேச்சே, அதைச் சொல்லவில்லை. நீங்கள் கொடுத்தது சரிதான். ஆனால் எடுத்ததுதான் தப்பு.”

“என்னடா வாசு சொல்றே? கொடுத்தது சரி. எடுத்ததுன்னா?”

“ராமானுஜத்தின் புத்தகத்தை சுட்டுக் கொண்டு போனது ரொம்பவும் தப்பு.”

அதுதான் இன்னொரு சம்பவம். முந்தின இரவில் ராமானுஜத்தின் புத்தகம் ஒன்றைக் காணோம். நாங்கள் வரும் வரை படித்துக் கொண்டு இருந்திருக்கிறான். அதை வாசனும் பார்த்திருக்கிறான். அதனால்தான் வாசன் அத்தனை உறுதியாகச் சொல்கிறான். புத்தகம் ஜாக் தெரிதா எழுதிய *Diffrance*. ஸ்ட்ரக்சுரலிஸம் குறித்த மிக முக்கியமான புத்தகம். அப்போது நான்தான் ஒரு பத்திரிகையில் ஸ்ட்ரக்சுரலிஸம் பற்றித் தொடர்ந்து கட்டுரைகள் எழுதிக் கொண்டிருந்தேன். அந்தப் புத்தகம் எனக்கு மிகவும் தேவைப்படுகிறது என்றும் சொல்லிக் கொண்டிருந்தேன். அதற்காக இன்னொருவனின் புத்தகத்தையா சுடுவேன்? சண்டைக்காகப் பழி வாங்கலாம் என்றாலும் வீட்டை விட்டு வெளியே வந்த பிறகு அல்லவா சண்டை நடந்தது?

ம்ஹூம். வாசன் எந்த தர்க்கத்துக்கும் உடன்படுவதாக இல்லை. நானும் எவ்வளவோ விவாதித்துப் பார்த்தேன். வாசன் ஒத்துக் கொள்ளவில்லை. சரி, எப்படியோ போங்கள் என்று விட்டு விட்டான்.

ஆனால் எனக்கு என்னவோ கடந்த இருபது ஆண்டுகளாகவே அது ஒரு மர்மம்தான். யார்தான் அந்தப் புத்தகத்தை எடுத்திருப்பார்? ராமானுஜமும் வாசனும் இரண்டு பேருமே மறுநாள் வீட்டை சல்லடை போட்டுத் தேடியிருக்கிறார்கள். புத்தகம் கிடைக்கவில்லை. வேறு யாருக்கும் அந்தப் புத்தகம் தேவைப்படாது.

ங்கொக்கா மக்கா, இருபது ஆண்டு மர்மம் போன வாரம்தான் தீர்ந்தது. வாசன் வந்த போது சொன்னான். பெருமாள், இருபது ஆண்டுகளுக்கு முன்பு ராமானுஜம் வீட்டில் தொலைந்து போன புத்தகம் எப்படித் தொலைந்தது தெரியுமா?

”அதுதான் தெரியலையேடா முட்டாக் கூதி. அநாவசியமா எனக்குத் திருட்டுப் பட்டம் கட்டி விட்டீங்களே ரெண்டு பேரும்?”

“நீங்க இல்லைன்னு தெரிஞ்சு போச்சு. அதை அந்த கிருஷ்ண குமார்தான் எடுத்தானாம்.”

என்னால் சற்றும் நம்ப முடியவில்லை. ஏனென்றால், அவர்களெல்லாம் நியாயம், நேர்மை, தர்மம், தர்சனம் என்று பேசிக் கொண்டிருக்கும் சுந்தர ராமசாமி கோஷ்டியைச் சேர்ந்தவர்கள்.

“அவனுக்கு எதுக்கு அது? பொட்டலம் மடிக்கக் கூட யூஸ் ஆகாதே?”

“அப்படி இல்லை. நாம் பேசினது எதுவுமே அவனுக்குப் புரியல. புடிக்கல. அதனால் ராமானுஜத்தைப் பழி வாங்குவதற்காக அந்தப் புத்தகத்தை எடுத்து ஜட்டிக்குள் போட்டுக் கொண்டு போய் கூவத்தில் போட்டு விட்டானாம். லூசுக் கூதி.”

ஜூலை 19, 2021

★★★

கிண்டில் டிவைஸ்

பொதுவாக மாணாக்கர்தான் ஆசிரியரின் வாழ்க்கை வரலாற்றை எழுதுவார். ஆனால் கொக்கரக்கோ சொல்லும் கதைகளைப் பார்த்தால் நானே அவனது வாழ்க்கையை எழுதி விடுவேன் போலிருக்கிறது. அப்படிப்பட்ட நம்ப முடியாத கதைகள். இதையெல்லாம் நீ நாவலாக எழுதலாமே என்பேன். "என் வாழ்க்கையைப் பற்றி நான் எழுதக் கூடாது என்று தீர்மானமான முடிவு எடுத்திருக்கிறேன், அதனால் நீங்கள் வேண்டுமானால் தாராளமாக எழுதிக் கொள்ளலாம்" என்று சொன்னான். பலமுறை சொல்லியிருக்கிறான்.

கொக்கரக்கோவின் கதையை விட அவன் தந்தையின் கதை இன்னும் பல மடங்கு நம்ப முடியாதது. இத்தனைக்கும் அவர் ஒரு சாதாரண பள்ளி ஆசிரியர். ஒரே ஒரு விஷயத்தைச் சொல்கிறேன், நம்ப முடிகிறதா என்று பாருங்கள்.

அவர் ஊர் மக்கள் அனைவரின் மரியாதைக்கும் உரிய ஆசிரியர். மிகவும் சின்ன ஊர் என்பதால் ஊர் மக்களின் சுக துக்கங்களில் பங்கெடுக்கும் ஆசான். கிட்டத்தட்ட ஒரு பீஷ்மர் மாதிரி என்று வைத்துக் கொள்ளுங்கள். அவருக்குப் பிறந்த ஒரே மகனை ஆதி திராவிடர் பள்ளியில் படிக்க வைக்கிறார். ஆசாமி ஸ்ரீவைஷ்ணவர். தென்கலை. இதுதான் கதையில் ரொம்ப முக்கியம். இத்தனைக்கும் கொக்கரக்கோவின் இரண்டு தங்கைகளும் மருத்துவர்கள். அதிலும்

மருத்துவத்தில் மேற்படிப்பு முடித்தவர்கள். ஆக, கொக்கரக்கோவின் தந்தை நம்ப முடியாத மனிதரா இல்லையா?

கொக்கரக்கோவும் மோசமில்லை. தந்தை எட்டு அடி என்றால், மகன் பதினாறு அடி. கல்யாணத்தின் போது சாவுக்கு அடிக்கும் பறைக் கொட்டு அடித்துக் கல்யாணம் பண்ணினவன். ஐயோ, ஏதோ புரட்சிக் கல்யாணம் என்று கற்பனை செய்து விடாதீர்கள். வேதியர் மந்திரம் முழங்க நடந்த ஒரு பாரம்பரியமான அய்யங்கார் கல்யாணம்தான். பெண்ணும் அய்யங்கார்தான். ஆனாலும் ஒரு பக்கம் பறைக் கொட்டு ரகளை நடந்து கொண்டிருக்கிறது. மண்டபத்துக்கு வெளியே தீயை மூட்டி பறைக்கு சூடு ஏற்றிக் கொண்டிருந்தார்கள் இசைக் கலைஞர்கள், கைலியை அண்ட்ராயர் தெரிய வழித்துக் கட்டிக் கொண்டு, வாயில் துண்டு பீடியுடன்.

எல்லாம் முழு நாவலுக்குரிய சமாச்சாரங்கள். என் வாழ்வை நான் எழுத மாட்டேன் என்று சொல்லி விட்டான். அதே முடிவில்தான் கடந்த பத்து வருடமாக இருக்கிறான். அதனால் அந்த முடிவு மாறுவதற்கு வாய்ப்பு இல்லை என்றாலும் நான் சீக்கிரம் எழுதி விட வேண்டும்.

என் வாழ்வில் கொக்கரக்கோ போன்ற ஒரு புத்திசாலியை நான் இதற்கு முன் ஒரே ஒருவரைத்தான் பார்த்திருக்கிறேன். ஆனால் அந்த நபர் ரொம்பக் கெட்டவர். தன் புத்தியைக் கொண்டு அதிகாரத்தையும் பணத்தையும் புகழையும் ரொப்பப் பார்ப்பவர். அதில் கூடத் தப்பில்லை. அப்படி ரொப்புவதற்காக எந்த நீதி நியாயமும் பார்க்க மாட்டார் என்பதுதான் முக்கியம். தனக்கு ஆதாயம் என்றால் சிசுவின் பிணத்திலும் நடந்து செல்வார். அதி புத்திசாலியான அவரும் அய்யங்கார்தான் என்பதால் எனக்கு அய்யங்கார்கள் மீது ஒரு தனிப்பட்ட பிரியம் ஏற்பட்டு விட்டது.

இந்த இடத்தில் நான் புத்திசாலித்தனம் என்று சொல்வதை *street smartness* என்று மட்டும் புரிந்து கொள்ளக் கூடாது. அதுவும் இருக்க வேண்டும். அதே சமயம் *intellect*-உம் முக்கியம். பொதுவாக எழுத்தாளர்களிடம் இந்த ஸ்ட்ரீட் ஸ்மார்ட்னெஸ் இருக்காது. மகா தத்திகளாக இருப்பார்கள். நானே அதற்கு ஒரு உதாரணம். நான் என்ன செய்தாலும் அதில் ஒரு தப்பு இருக்கும். அதாவது வைதேகியின் பார்வையில். நானே அடிக்கடி சொல்வேன், நான் மூச்சு விடுவதைத் தவிர மற்ற எல்லாமே உன்னைப் பொருத்தவரை தப்புதாம்மா என்று. அதோடு அடங்கி விடுவாள்.

புத்திசாலியாக இருப்பவர்கள் எழுத்தாளர்களாகவோ அவ்வளவு ஏன் கொஞ்சமாவது சுரணையுணர்வு உள்ளவர்களாகவோ இருந்து நான் கண்டதில்லை. அது வேறு, இலக்கியமும் சுரணையுணர்வும் வேறு என்றபடிதான் இருந்து வருகிறது. இதற்கு நான் கண்ட ஒரே விதிவிலக்கு, கொக்கரக்கோதான். எழுத்துக்கு எழுத்து. புத்திசாலித்தனத்துக்கு புத்திசாலித்தனம்.

அய்யங்கார் புராணத்தை அளந்து கொண்டிருந்தேன் இல்லையா? அதிலும் வைதேகி புராணம். தினந்தோறும் அவள் பண்ணும் அக்குறும்புகளைப் பார்க்கும் போது ஒவ்வொரு நாளும் என் அய்யங்கார்ப் பிரியம் ஜாஸ்தியாகிக் கொண்டே போகிறது. இந்தக் கொரோனா ஊரடங்கு காலத்திலும் எனக்கான மீன் வேட்டையை நிறுத்த மாட்டேன் என்கிறாள். ஒருநாள் நண்டு சாப்பிட்டு ரொம்ப நாள் ஆகிறதும்மா என்றேன். எனக்கு நண்டு ரொம்ப இஷ்டம். அவளுடைய தோழி பழவேற்காட்டில் இருக்கிறார். அவர் அங்கே உள்ள ஏரியில் மீன் வாங்கப் போவாராம். (அப்போதுதான் எனக்குப் பழவேற்காட்டில் ஏரி இருப்பதே தெரியும்!) அவரிடம் சொல்லி ஐஸில் வைக்காத, அப்போதே பிடித்த மீனும் நண்டுமாக வாங்கி, ஒரு ஆள் மூலமாகக் கொடுத்தனுப்பச் சொல்லி ஏற்பாடு செய்திருக்கிறாள் வைதேகி. முந்தாநாள் கதை இது.

மட்டுமல்லாமல், அவளைப் போல் மீன் குழம்பு, நண்டுக் குழம்பு, கருவாட்டுக் குழம்பு, கறிக் குழம்பு செய்ய ஒருத்தர் பிறந்துதான் வர வேண்டும். மதுரையே அவளிடம் பிச்சை வாங்கும். நான் சாப்பாட்டு விஷயத்தில் பெரிய பயங்கரவாதி என்பது என் நண்பர்களுக்குத் தெரியும். என்னிடம் பாராட்டு வாங்குவது ரொம்பக் கஷ்டம். ஒரு தோழியின் மாமியார் கொடுத்த சான்றிதழை என் வாழ்நாளில் மறக்க மாட்டேன். ஆப்பம் தேங்காய்ப் பால். ரெண்டுமே எனக்கு உயிர். மாமியார்தான் அன்றைய சமையல். ஆப்பம் வந்தது. இன்னும் மூணு ஜென்மம் எடுத்தாலும் அப்படி ஒரு கொடூரக் கொலைகார ஆப்பத்தை நான் மறக்க மாட்டேன். வாந்தி வருகிறது. ஒவ்வொரு வாய்க்கும் வாந்தி. தோழியின் அம்மா என்றால் கூட தைரியமாகச் சொல்லி விடுவேன். தோழியின் மாமியார். அரை ஆப்பத்தைச் சாப்பிட்டு விட்டு மாமியார் கிச்சனுக்குள் சென்றதும் மீதி ஆப்பத்தை அப்படியே கொண்டு போய் கக்கூஸில் போட்டு விட்டேன். மாமியார் ஐயர் சமூகம். போன தலைமுறை. புரியாதா? (கோபத்தை உள்ளுக்குள் கொண்டு)

சிரித்தபடியே என்னிடம் "உங்களுக்கெல்லாம் சமைத்துப் போட நம்மால் ஆகாதப்பா சாமி" என்றார்.

அப்புறமாக தோழியிடம் என்ன விஷயம் என்று கேட்டுத் தெரிந்து கொண்டேன். எனக்குத் தூக்கமே வரவில்லை. ஆப்பத்தை எப்படி ஒருவர் இத்தனைக் கொலை பாதகமாகச் செய்ய முடியும்? தோழி சொன்னாள், அது ஒண்ணும் இல்லப்பா, ஆப்ப மாவில் தோசை மாவைக் கலந்து விட்டாராம்.

அந்த ஆப்பத்தையும் தேங்காய்ப் பால் என்ற அந்த திரவத்தையும் பரப்பிரம்மத்தைப் போல் சரியாகச் சொல்ல வேண்டுமானால் ஒரு அகோரி பாபாவைப் போல் சாப்பிட்டுக் கொண்டிருந்த தோழி ப்ளஸ் அவள் மகன் இருவரையும் நிற்க வைத்து சாஷ்டாங்கமாக விழுந்து நமஸ்காரம் பண்ண வேண்டும் போல் இருந்தது. அகோரிகளுக்கான முதல் பரீட்சையே அதுதானாம். கங்கையில் மிதக்கும் பிணத்தின் மாமிசத்தையும் சமயங்களில் நரகலையும் கூட சாப்பிட வேண்டுமாம். அரே பாப்ரே. என் வாழ்வில் இரண்டு அகோரிகளைப் பார்த்து விட்டேனடா!

ஏன் உன் மாமியார் புத்தி அப்படிப் போனது? இப்படியா ரெண்டு மாவையும் ஒண்ணா சேர்ப்பார்கள்?

ஆள் எண்ணிக்கை ஜாஸ்தியாகி விட்டதை சரிக்கட்டுவதற்காகச் செய்தாராம்.

அதற்கப்புறம் பல மாத காலம் நான் நடைப் பயிற்சி செய்யும் இடத்தையே மாற்றிக் கொண்டேன். அவர்கள் வீட்டுப் பக்கமே எட்டிப் பார்க்கவில்லை. அப்படி சாப்பாட்டு விஷயத்தில் நான் ஒரு பயங்கரவாதி. அப்படிப்பட்ட நான்தான் சொல்கிறேன். வைதேகி மாதிரி அசைவம் இந்த ஜென்மத்தில் நான் சாப்பிட்டதில்லை.

இத்தனைக்கும் வெறும் வாசனையை வைத்துக் கொண்டேதான் சமைக்கிறாள் வைதேகி. அவள் அதி தீவிர சைவம்.

இப்படியாகத்தான் எனக்கு அய்யங்கார்கள் மீது ஒரு அதீதமான பிரியம் உண்டானது. ஆனால் இதை வெளியே சொன்னால் அய்யங்கார்களே அடிக்க வருகிறார்கள். குறிப்பாக, ராகவன். ஶ்ரீ ராகவன். எழுத்தாளரும் அடிக்கத்தான் வருவார் என்று நினைக்கிறேன். இங்கே வாருங்கள், எத்தனை மோடுமுட்டி அய்யங்கார் வேண்டும், காண்பிக்கிறேன் என்கிறார்கள். இருக்கலாம்.

ஆனால் உச்ச பட்சத்தில் சஞ்சாரம் செய்யும் கேஸெல்லாம் அய்யங்காராகவே இருக்கிறது, கணித மேதை ராமானுஜம் மாதிரி.

சமீபத்தில் ஒரு சம்பவம். எனக்கு ஒரு சர்வதேச நிறுவனத்திலிருந்து பணம் வர வேண்டும். அதற்கு அவர்கள் ஒரு இன்வாய்ஸ் அனுப்பியிருந்தார்கள். அதைப் பூர்த்தி செய்து அனுப்பினால் பணம் என் கணக்கில் சேர்ந்து விடும். எல்லாவற்றையும் என் பெயர், அக்கவுண்ட் நம்பர் உட்பட அவர்களே பூர்த்தி செய்து விட்டார்கள். *Invoice submission* என்று இருந்தது. புத்தியைப் பயன்படுத்தி அதை அழுத்தினேன். ஒரு பக்கம் திறந்தது. எல்லா விவரமும் சரியாக இருந்தது. நானே என் புத்திசாலித்தனத்தை நினைத்து சந்தோஷப்பட்டுக் கொண்டேன். ஒரே ஒரு கட்டம் மட்டும் பூர்த்தி செய்யப்படாமல் இன்வாய்ஸ் நம்பர் கேட்டது. தெரியவில்லை. அது தெரிந்தால்தான் அனுப்ப முடியும். கொக்கரக்கோவுக்கு அனுப்பி வைத்தேன். அவன் இது போன்ற குழப்பங்களை என்னோடு டீம் வியூவரில் வந்து நொடிகளில் தீர்த்து வைப்பது வழக்கம்.

பிறகு ஸ்ரீராமைக் கேட்டேன். கேட்டது இருபதாம் தேதி. இன்வாய்ஸை அனுப்பக் கடைசி நாள் இருபத்து இரண்டு என்று அந்த நிறுவனத்திலிருந்து ஃபோன் போட்டுச் சொல்லியிருந்தார்கள். எனக்கு எதையுமே கடைசி நாள் வரை வைத்துக் கொண்டிருக்கப் பிடிக்காது. முதலிலேயே அனுப்பி விட வேண்டும். அது ஒரு நோய் மாதிரி எனக்கு. ஸ்ரீராமுக்கும் புரியவில்லை. அந்த நிறுவனத்தில் என் நண்பர் ஒருவர் பணி புரிகிறார். அவரைக் கேட்டேன். அவருக்கும் புரியவில்லை. அந்த நிறுவன அதிகாரி ஸ்வேதாவை அழைத்துச் சொன்னேன். "இன்று கொஞ்சம் பிஸி. நாளை அழையுங்கள், சொல்கிறேன்" என்றார்.

"இல்லை, அது இல்லை பிரச்சினை. நாளை நீங்கள் விளக்கினாலும் எனக்குப் புரியாது. எனக்கு இது போன்ற தொழில்நுட்ப விஷயங்களெல்லாம் புரிவதில்லை. என் நண்பர் டாக்டர் ஸ்ரீராம் நாளை உங்களுக்கு ஃபோன் செய்வார். அவரிடம் சொல்லுங்கள். அவர்தான் என் கணக்கு வழக்கெல்லாம் கவனித்துக் கொள்கிறார்."

ஸ்ரீராமிடம் விஷயத்தை விளக்கி ஸ்வேதாவைத் தொடர்பு கொண்டால் அவர் சொல்வார் என்று சொன்னேன். இதற்குள் கொக்கரக்கோ அந்த இன்வாய்ஸ் விஷயத்தை கவனிக்கலாமா

என்று கேட்டான். “வேண்டாம் கொக்கரக்கோ, ஸ்ரீராம் கவனிக்கிறார்” என்றேன்.

மறுநாள் மாலை வரை ஸ்ரீராமுக்கு மருத்துவமனை வேலை. ஐந்து மணிக்கு ஸ்ரீராமுக்கு ஃபோன் போட்டேன். எடுக்க முடியாத சூழல் போல. மெஸேஜ் வந்தது. ”ஸ்வேதாவுக்கு ஃபோன் பண்ணினேன். எடுக்கவில்லை.”

இப்படி ஒரு பதிலா? உடனே ஸ்வேதாவுக்குச் சற்றே கோபமாக ஒரு மெஸேஜ் தட்டினேன். ஸ்ரீராம் போன் பண்ணவில்லை என்று ஸ்வேதாவிடமிருந்து பதில். எல்லாமே தகவல் பரிமாற்றக் குழப்பம். ஸ்ரீராம் ஃபோன் பண்ணினது இந்த அம்மணிக்குத் தெரியவில்லை. ஸ்ரீராமாவது இன்னொரு ‘கால்’ அடித்திருக்கலாம். அவருக்கு என்ன பிரச்சினையோ? கொரோனா காலத்தில் மருத்துவமனையில் பணி புரிவதே ஒரு கொடுமை.

அப்போதுதான் ஸ்ரீராமிடம் இந்த வேலையை ஒப்படைத்திருக்கக் கூடாது என்ற யோசனை ஓடியது. யாரிடம் எந்தெந்த உதவியைக் கேட்பது என்று ஒரு திட்டம் வைத்திருக்கிறேன். நான் எழுதிக் கொண்டிருக்கும் ஔரங்ஸேப் நாவலில் என்னென்ன மாற்றங்கள் செய்யலாம் என்று கொக்கரக்கோவிடம் மட்டும்தான் கேட்க முடியும். அவனிடம் போய் ஒரு கிலோ காலா மீன் ஆர்டர் பண்ணு என்று மெஸேஜ் அனுப்பினால் அவன் அந்த மெஸேஜைப் படிக்கவே பன்னிரண்டு மணி நேரம் ஆகும். அதற்கென்று எனக்கு ஒரு அன்னபூரணி இருக்கிறாள். அதேபோல் எனக்கு ராஸ லீலா முதல் பதிப்பு எப்போது வந்தது என்று அவசரமாகத் தெரிய வேண்டும். என்னிடம் புத்தகம் இல்லை. இதை நான் புவனேஸ்வரியிடம் கேட்க முடியுமா? காரியம் கெட்டு விடும். எப்படிக் கெடும் என்று சொன்னால் அவளிடம் கேட்க கூடியதை இன்னும் ஆறு தினங்களுக்குக் கேட்க முடியாது. அவளுக்குக் கோபம் வந்தால் ஆறு தினங்கள் மௌனம் காப்பாள். ஆனால் அவளிடம் கேட்கக் கூடியது ஏராளம் உண்டு. மொழிபெயர்ப்பு, ஆங்கிலம், ஃப்ரெஞ்ச், ஸ்பானிஷில் சந்தேகம். ஸ்ரீராமிடம் கேட்டேன். மருத்துவமனையில்தான் இருந்தார். ராஸ லீலா முதல் பதிப்பு 2006 என்றார். கண்ணிமைக்கும் நேரம்.

அப்புறம்தான் ஸ்ரீராம் மெதுவாகச் சொன்னார். ஸ்வேதாவுக்கு அவர் ஒன்றரை மணி நேரம் முயற்சி செய்திருக்கிறார்.

கிடைக்கவில்லை. அவ்வளவு நேரம் ஸ்வேதாவின் ஃபோன் எங்கேஜ்டாக இருந்திருக்கிறது. ராகவனுக்கு ஃபோன் போட்டு விஷயத்தை விளக்கினேன். ஸ்வேதாவின் உயர் அதிகாரி ஆங் சாங்கைத் தொடர்பு கொள்ளுங்கள், காரியம் சித்திக்கும் என்றார். ஆங் சாங்குக்கு மெஸேஜ் தட்டினேன். உடனே பதில் வந்தது. யார் சொன்னது, கடைசித் தேதி அது இது என்று. ஒரு கடைசித் தேதியும் கிடையாது. எப்போது வேண்டுமானாலும் இன்வாய்ஸை அனுப்புங்கள். இதோ கொஞ்ச நேரத்தில் ஸ்வேதா உங்களைத் தொடர்பு கொள்வார். இது ஆங் சாங்.

கொஞ்ச நேரத்தில் ஸ்வேதா ஸ்ரீராமுக்கு ஃபோன் செய்து ஒரு ஃபோன் கூட செய்ய முடியாமல் அன்றாட வாழ்க்கையின் நெருக்கடிகள் கழுத்தை நெறிப்பதன் பாடுகளைப் பற்றி ஒரு பாட்டம் அழுதிருக்கிறார்.

என் வாழ்வில் ஆறு மணி நேரம் காணாமல் போயிற்று. இதற்கு அந்தப் பணம் ஈடா என்று யோசித்தேன். கொக்கரக்கோ ஃபோனில் வந்தான். இரவு மணி பதினொன்று. எல்லாவற்றையும் சொன்னேன்.

"ஏங்க, இதுக்குத்தானே சொன்னேன், நான் பண்ணித் தரேன்னுட்டு?" என்று கடிந்து கொண்டான்.

ஏன் நான் கொக்கரக்கோவிடம் கேட்கவில்லை?

எல்லாவற்றுக்குமா ஒருத்தரையே டார்ச்சர் பண்ணிக் கொண்டிருப்பது என்ற நல்லெண்ணம்தான். டீம் வியூவரில் வந்தான். இன்வாய்ஸ் நம்பரில் ஒன்று எனப் போடுங்கள் என்றான். போட்டேன். இன்வாய்ஸ் பூர்த்தி செய்யப்பட்டு விட்டது என்று வந்தது. சப்மிட் என்ற பட்டனைத் தட்டினேன். சக்ஸஸ் என்று வந்தது.

அடப் பாவி. கொக்கரக்கோ, இன்வாய்ஸ் நம்பர் ஒன்று என்று உங்களுக்கு எப்படித் தெரியும் என்று கேட்டேன்.

அந்தப் படிவத்தின் கீழே இன்வாய்ஸ் நம்பர் என்று போட்டிருக்கிறதா?

அட, ஆமாம்.

அதில் ஏதாவது நம்பர் தெரிகிறதா?

அட, ஆமாம். ஒன்று!

அதுதான் இன்வாய்ஸ் நம்பர். கம்பெனி அமெரிக்கர்களுடையது. இன்வாய்ஸ் சப்மிஷனை எத்தனை சுலபமாக்க முடியுமோ அத்தனை சுலபமாக்கியிருக்கிறான். ஆனால் இந்தியர்களுக்கு அது புரியவில்லை. நான் என் அலுவலகத்தில் இது மாதிரி பத்தாயிரம் கேஸ் பார்த்திருக்கிறேன். எரர் என்று வரும். என் அஸிஸ்டெண்ட் வந்து எரர் காட்டுது சார் என்பான். அந்தப் பக்கத்திலேயே எரரை எப்படி சரி செய்வது என்று குழந்தைக்குச் சொல்வது போல் சொல்லியிருப்பான். அதை முயற்சியே செய்யாமல் என்னிடம் கொண்டு வந்து நொட்டுவான்கள்.

நேற்று நடந்த ஒரு நிகழ்ச்சியின்போது கொக்கரக்கோவின் புத்திசாலித்தனத்தின் மீது எனக்கு இருந்த பிரமிப்பு மேலும் அதிகரித்து விட்டது.

அமேஸான் *பென் டு பப்ளிஷ்* போட்டி முடிவு விழா. நான் நடுவர்களில் ஒருவன். ரேபிட் ஃபயர் கேள்வி விளையாட்டு ஆரம்பித்தது. முதல் நடுவரைக் கேட்டு விட்டார்கள்.

இதை நாம் எழுதியிருக்க வேண்டும் என்று நீங்கள் நினைத்த புத்தகம் எது?

நீங்கள் எழுத நினைக்கும் வாழ்க்கை வரலாறு யாருடையது?

உங்கள் வாழ்க்கை வரலாற்றுக்கு வைக்கக் கூடிய தலைப்பு என்ன?

மற்ற இரண்டு கேள்விகளும் ஜுஜுபி. ஊதித் தள்ளி விடலாம்.

உங்கள் வீடு தீப்பற்றிக் கொண்டால் எந்தப் புத்தகத்தை எடுத்துக் கொள்வீர்கள்?

இளம் எழுத்தாளர்களுக்கு உங்கள் அறிவுரை.

முதல் நடுவரிடம் கேட்டாயிற்று. அடுத்த நடுவரிடம் இந்தக் கேள்வி பதில் ஐந்து நிமிடம் ஓடும். அதற்குள் கொக்கரக்கோவிடம் கேட்டு ஆலோசித்துக் கொள்ளலாம் என்று தோன்றியது.

எல்லாம் வர்ச்சுவல் நிகழ்வு என்பதால் கேமராவிலிருந்து தள்ளி வந்து கொக்கரக்கோவுக்கு ஃபோன் போட்டேன். நல்லவேளை, எடுத்தான். முதலில் கேமராவிலிருந்து விலகு என்றேன். நான் கேமராவிலேயே இல்லை என்றான். முதல் கேள்விக்கு மிலோராத்

பாவிச் எழுதிய டிக்ஷனரி ஆஃப் கஸார்ஸ். வேண்டாம் என்றான் கொக்கரக்கோ. இது உங்களுக்குப் பிடித்த புத்தகம்தான் என்றாலும் இந்தப் புத்தகம் பற்றி யாருக்குமே எதுவும் தெரியாது. உங்களுக்கும் விளக்குவதற்கெல்லாம் நீண்ட நேரம் கிடையாது. ஒரு நிமிடம்தான் கணக்கு. அதனால் எல்லோருக்கும் தெரிந்த, எல்லோரும் கனெக்ட் பண்ணிக் கொள்ளக் கூடிய, உங்களுக்கும் மிகவும் பிடித்த ஸோர்பா தெ க்ரீக் சொன்னால் நன்றாக இருக்கும். இதற்குத்தான் கொக்கரக்கோ நான் அவனிடம் ஸோர்பா பற்றி நூறு முறை பேசியிருப்பேன். ஆனால் தக்க சமயத்தில் ஞாபகம் வரவில்லை.

அடுத்த கேள்வி. மகாத்மா காந்தி என்றேன். நான் எழுத விரும்பும் வாழ்க்கைச் சரித்திரம். ரொம்ப மோசமான தேர்வு என்றான். உங்களுக்கு காந்தி பிடிக்கும். தெரியும். ஆனால் காந்தியின் சரிதத்தை யார் வேண்டுமானாலும் எழுதலாமே? கண்ணாயிரம் பெருமாள் மட்டுமே எழுதக் கூடிய ஒருவர் இருக்கிறார். என்னிடம் ஒரு ஐநூறு முறை சொல்லியிருப்பீர்கள்.

தெரியவில்லை. மறந்து விட்டேன்.

விக்தோர் ஹாரா. தன் இசைக்காகவே பினோசெத்தால் கொல்லப்பட்ட கலைஞன். சாந்த்தியாகோ நகரில் உங்கள் வழிகாட்டிக்கே அவரைப் பற்றித் தெரியாமல் நீங்கள்தானே அவரை அழைத்துச் சென்றதாகச் சொன்னீர்கள். அவர் கதையைத்தான் உங்களைத் தவிர வேறு யாராலும் எழுத முடியாது.

மூன்றாவது கேள்விக்கு எனக்கே பதில் தெரியும். எக்ஸைல்.

ஏற்கனவே வைத்தாகி விட்டது.

நான்காவது கேள்வி?

அது ஜுஜுபி. நானே சொல்லி விடுவேன்.

அது என்ன கேள்வி என்று சொல்லுங்கள். அதையும் பேசி விடுவோம். இன்னும் ரெண்டு நிமிடம் இருக்கிறது.

வேண்டாம் கொக்கரக்கோ. அதை ஊதித் தள்ளி விடுவேன்.

நான்காவது கேள்விக்கு, நூறு ஆண்டுகளுக்கு முன்பு ம.வீ.ரா. தொகுத்த மஹாபாரதம் தமிழ் மொழிபெயர்ப்பு என்றேன். வீடு பற்றி எரியும் போது நம் பக்கத்துத் தெரு டிஸ்கவரி புக் பேலஸில்

கிடைக்கக் கூடிய ஒரு புத்தகத்தைப் போயா காப்பாற்றி எடுத்துக் கொண்டு வர முடியும்? எங்குமே கிடைக்காத புத்தகமாக அல்லவா இருக்க வேண்டும்? முதலில் வந்த நடுவர் அந்தக் கேள்வியையே சரியாக வாங்கிக் கொள்ளாமல் அவருக்குப் பிடித்த புத்தகம் ஒன்றின் தலைப்பைச் சொன்னார். ஏதோ ரஸ்கின் பாண்ட் புத்தகம். அதை ஒரு சொடுக்கு சொடுக்கினால் கிண்டிலில் அடுத்த நிமிடம் படித்து விடலாம். ஒருவேளை ரஸ்கின் பாண்ட் தன் கைப்பட எழுதின கையெழுத்துப் பிரதி என்றால் அதைக் காப்பாற்றலாம். மற்றபடி கிண்டிலில் கிடைக்கும் புத்தகத்தையா உயிரைப் பணயம் வைத்து எரியும் தீயிலிருந்து காப்பாற்றுவது?

நிகழ்ச்சி முடிந்து கொக்கரக்கோவிடம் பேசினேன். சொதப்பி விட்டீர்களே பெருமாள் என்றான். என்னிடம் ஒரு வார்த்தை சொல்லியிருந்தால் அந்த நிகழ்ச்சியையே ஹைஜாக் பண்ணிக் கொண்டு போயிருப்பது போல் ஒரு பதிலைச் சொல்லியிருக்கலாமே?

என்ன பதில்?

உங்களின் கிண்டில் டிவைஸ்.

ஆ... ஆ... ஆ... வீடு பற்றி எரியும்போது நான் காப்பாற்ற என் கிண்டில் டிவைஸை விட வேறு ஒரு விலை மதிக்க முடியாத புத்தகம் ஏதாவது இருக்க முடியுமா?

என்னுடைய 32 GB கிண்டிலில் பதினைந்தாயிரம் புத்தகங்கள் உள்ளன என்று ஜம்பம் அடித்துக் கொண்டிருப்பேனே? எத்தனை பெரிய வைரச் சுரங்கம் அது? இந்த பதிலை மட்டும் சொல்லியிருந்தால் அந்தக் கிண்டில் நிறுவனத்தினருக்கு எப்படி இருந்திருக்கும்?

இனியொருமுறை இப்படி ஒரு வாய்ப்பு வரப் போவதில்லை.

ஜூலை 23, 2021

★★★

குருவும் சிஷ்யையும்...

இந்த ஒன்றரை ஆண்டுகளில் நேற்றுதான் முதல் முதலாக வைதேகி வெளியே செல்கிறாள். சின்மயா நகரில் உள்ள அவளுடைய அம்மா வீட்டுக்கு. மைலாப்பூரிலிருந்து தூரம்தான். டாக்ஸியில் போக மாட்டேன் என்று சொல்லி விட்டதால் நண்பர்கள் யாருடைய காராவது தேவை. காரோட்டியுடன். ஆள் ஔரங்ஸேப் மாதிரி ஒழுக்கசீலராக இருக்க வேண்டும். தண்ணி கிண்ணி அடித்துக் கொண்டு, நிறைய கேர்ள் ஃப்ரென்ஸெல்லாம் வைத்துக் கொண்டிருந்தால் வேண்டாம், பெயரைச் சொல்லாமலேயே யாரைச் சொல்கிறேன் என்று உங்களுக்குப் புரிந்திருக்கும் அந்த ஆள் தகுதி இழக்கிறார். சில நண்பர்கள் வைதேகி எதிர்பார்க்கும் அளவு ஒழுக்க சீலர்கள்தான். ஆனால் அவர்கள் அத்தனை பேரும் பிஸி. இன்னொரு விஷயம், ஒழுக்க சீலராக இருந்தாலும் அவரை நான் அடிக்கடி புகழ்ந்து எழுதியோ பேசியோ இருக்கக் கூடாது. தகுதி இழப்புக்கு ஆளாகி விடுவார்.

கடைசியில் வசந்தனை அழைத்துச் சொன்னேன். வசந்தன்தான் ஒழுக்கத்திலும் நல்ல பேர் எடுத்தவர். நானும் அதிகமாகப் புகழ்ந்து எழுதியதில்லை. பேசியதில்லை. எதற்கும் ஒருத்தர் ரிஸர்வில் இருக்கட்டும் என்றுதான் வசந்தன் பெயரையே வீட்டில் அதிகமாக எடுப்பதில்லை. ஃபோனிலும் பேசுவதில்லை. புகழ ஆரம்பித்தால் பிரச்சினையாகி விடுகிறது. என்ன பிரச்சினை?

புகழ்ப்பட்ட ஆசாமி "டேய் ங்கோத்தா, நான் சொல்றதைக் கேளுடா, பாடு" என்ற ரீதியில் என்னிடம் பேசவும் பழகவும் ஆரம்பித்து விடுகிறார்கள். நூற்றுக்கணக்கான உதாரணங்களைச் சொல்லலாம். கொக்கரக்கோ அப்படி இல்லையேம்மா என்று சொன்னால், அதற்கு வேறு விதமான தர்க்கம் வைத்திருக்கிறாள்.

"கொக்கரக்கோ ஏன் ரமணர் மாதிரி வாழவில்லை?"

ங்கொய்யால... போட்டுத் தாக்கு. அதோடு பேச்சு வார்த்தை முறிந்து விடும். நான் எழுத்தில் உட்கார்ந்து விடுவேன்.

அப்படியாகக் கடைசியில் எந்த விதத்திலும் தகுதி இழப்பு பெறாத வசந்தனை அழைத்து ஒரு மூன்று மணி நேரம் காரையும் காரோட்டியையும் அனுப்பி வைக்க முடியுமா என்று கேட்டு, அவரும் வந்து வேலையும் சுமுகமாக முடிந்து விட்டது. சரியாக மூன்றுக்குப் போய் ஆறு மணிக்குத் திரும்பி விட்டாள்.

ஏழு மணி அளவில் என்னிடம் வந்து "வசந்தனுக்கு நன்றி சொல்லி விடு பெருமாள்" என்றாள்..

அப்போது நான் படு மும்முரமாக ஔரங்ஸேப் நாவல் எழுதுவதில் மூழ்கியிருந்தேன்.

நாள் பூராவும் எழுதிய ஒரு அத்தியாயத்தை கொக்கரக்கோ கொஞ்சமும் கருணையின்றி "வேண்டாம், தூக்கி விடுங்கள்" என்றான்.

எனக்குமே அப்படித் தோன்றியதால் தூக்கி விட்டு வேறு திசையில் யோசிக்க ஆரம்பித்திருந்தேன். பொதுவாக கொக்கரக்கோ சொன்னால் இலக்கிய விவகாரங்களில் மட்டும் அதற்கு நேர் மாறாகச் செய்யும் நான் இந்த ஔரங்ஸேப் விஷயத்தில் அவன் யோசனைகளை எடுத்துக் கொள்கிறேன். அந்த நேரத்தில்தான் வந்து நன்றி பற்றிய உத்தரவை இட்டாள் வைதேகி.

"முடியாது" என்றேன். என் த்வனி வழக்கத்துக்கு மாறாகக் கடுமையாக இருந்தது எனக்கே தெரிந்தது.

"அப்படியானால் வசந்தன் நம்பரைக் கொடு; நானே நன்றி சொல்லி விடுகிறேன். அதுதான் மரியாதை."

"தர முடியாது." த்வனி முன்னை விட அதிகக் கடுமையை எட்டியது.

“இதெல்லாம் என்ன மாதிரி நட்பு? ஆமாம், ஏன் நீ அவருக்கு நன்றி சொல்ல மறுக்கிறாய்?”

“சிஷ்யனுக்கு குரு நன்றி சொல்ல மாட்டார்.”

”ஓஹோ... நல்லவேளை, நான் உனக்கு சிஷ்யையாகவும் நீ எனக்கு குருவாகவும் இல்லை.”

‘இருந்திருந்தால் கன்னம் பழுத்திருக்கும்’ என்று நினைத்தபடி மீண்டும் எழுத்தில் அமர்ந்தேன்.

ஆகஸ்ட் 8, 2021

★★★

ஓர் உருவகக் கதை

"தேன், பஞ்சாமிர்தம், இருட்டுக்கடை ஹல்வா மூன்றும் இருக்கிறது. எதைச் சாப்பிட?" என்று என்னிடம் கேட்டான் ஒருத்தன். நடந்து பல வருடங்கள் ஓடி விட்டன. ஒவ்வொன்றாகச் சாப்பிடு என்றேன். ஒன்றே ஒன்றுதான் சாப்பிட முடியும், எதைச் சாப்பிட என்றான். உனக்கு எது பிரியமானதோ அதைச் சாப்பிடு என்றேன். அது எனக்குத் தெரியாதா, அனுபவசாலி என்பதால்தானே உங்கள் கருத்தைக் கேட்கிறேன் என்றான்.

அனுபவம் ஒவ்வொருவருக்கும் வேறுபடுமேப்பா, சரி, மூன்றாவதையே சாப்பிடு என்றேன்.

சாப்பிட்டவன் செத்து விட்டான்.

அவனுடைய கடைசி அழைப்பு என்னுடையது என்பதால் போலீஸ் வந்தது. நடந்ததைச் சொன்னேன். ஆனால் அவர்களோ அவன் சயனைட் சாப்பிட்டிருப்பதாகச் சொன்னார்கள். தயவுசெய்து அவன் கடைசியாக சாப்பிட்ட இடத்துக்கு அழைத்துச் செல்லுங்கள் என்றேன். மூன்று கிண்ணங்களில் மூன்று பொருட்கள் இருந்தன. ஒன்று, சயனைட் என்றார்கள். ஒன்று, அரளி விதைச் சாறு, ஒன்று, ஊமத்தை என்று பரிசோதனையில் தெரிந்தது. இதைத்தான் அந்த முண்டம் தேன், பஞ்சாமிர்தம், இருட்டுக் கடை ஹல்வா என்று சொல்லியிருக்கிறது.

இந்தச் சம்பவத்துக்குப் பிறகும் இதைப் போலவே ஒவ்வொருவராக என்னிடம் கேட்டுக் கொண்டிருந்தார்கள். தேனா, பஞ்சாமிர்தமா, இருட்டுக் கடை ஹல்வாவா? நான் முழித்துக் கொண்டேன். விளக்கினேன். டேய், லூசுப் பயலுகளா, அது தேனும் இல்லை, பஞ்சாமிர்தமும் இல்லை, விஷம்டா என்றேன். பதிலுக்கு அவர்கள் என்னைத் திட்டி விட்டு மூன்றில் எதையோ ஒன்றைத் தின்று செத்தார்கள். ஒவ்வொரு முறையும் போலீஸ் வரும். கடைசி அழைப்பு உங்களுக்கு என்பார்கள். ஒரு கட்டத்தில் அவர்களுக்கும் பழகி விட்டது. எனக்கும் பழகி விட்டது.

இப்போதெல்லாம் அப்படி அழைப்பு வரும்போது ஒரு சடங்கைப் போல் டேய் லூசு, அது விஷம்டா என்று நான் சொல்வதும், நீங்கதான் லூசு என்று அவன் என்னைப் பார்த்துச் சொல்லி விட்டு விஷத்தைக் குடித்துச் சாவதும் வழக்கமாகி விட்டது.

சடங்கும் ஒரு கட்டத்தில் அலுத்து விடும் இல்லையா? நேற்று ஒருத்தன் தேனும் பஞ்சாமிர்தமும் இருட்டுக் கடை ஹல்வாவும் இருக்கிறது, எதைச் சாப்பிட என்றான்.

ஹல்வாதான் என் சாய்ஸ் என்றேன். சயனைட்தான் வலியில்லாமல் உயிர் போகும். பாவம்.

கதை முடிந்து விட்டது என்றுதானே நினைக்கிறீர்கள்? இல்லை. என் நண்பனுக்கு ஃபோன் போட்டு இந்தக் கதையைச் சொன்னேன். முதல் முதலாகத் தனக்கும் இப்படி ஒரு அழைப்பு வந்தது என்றும், அவன் மேலே குறிப்பிட்ட மூன்று விஷங்களின் கொடூரத்தைப் பற்றி விளக்கிச் சொன்னதாகவும் சொன்னான். அட லூசுப் பயலே என்று நினைத்துக் கொண்டேன்.

ஆகஸ்ட் 11, 2021

★★★

பேரரசனோடு பழகுதல்

ஒரு சிறுபத்திரிகையைச் சேர்ந்த நண்பர். இருபது ஆண்டுகளுக்கும் மேலாக பழக்கம். பதினைந்து ஆண்டுகளாக அந்தப் பத்திரிகையை நடத்தி வருகிறார். கண்களில் ஒத்திக் கொள்வது போல் இருக்கும். எந்த கோஷ்டியையும் சேராதவர். எனக்குத் தொடர்ந்து தன் பத்திரிகையை அனுப்பி வருகிறார். அவருக்கு ஏதாவது கைம்மாறு செய்ய வேண்டுமே என்று பதினைந்து ஆண்டுகளாகவே யோசித்து வருகிறேன். கைம்மாறு என்ன கைம்மாறு? கைக்காசையும் நண்பர்களிடமிருந்து திரட்டிய பணத்தையும் போட்டு பத்திரிகை நடத்தி வருபவருக்கு ஒரே ஒரு தேவைதான் இருக்க முடியும். அந்தத் தேவையை என்னால் பூர்த்தி செய்ய முடியாத நிலை என்பதால் என் நண்பர்களிடமெல்லாம் சொல்லி வருவேன். அறிமுகப்படுத்துவேன். மட்டுமல்லாமல் அந்தப் பத்திரிகைதான் தமிழிலேயே எனக்கு மிகவும் பிடித்த பத்திரிகை. நேர்த்தியிலும் அழகிலும் அதை மிஞ்ச முடியாது. எக்கச்சக்கமாக செலவாகியிருக்கக் கூடிய பத்திரிகை. அத்தனை தரமாக இருக்கும். அதில் வரும் ஓவியங்கள் உலகத் தரமாக இருந்ததால் என் புத்தக அட்டைக்குப் பயன்படுத்திக் கொள்ளலாமே என்ற எண்ணத்தில் அதில் ஒரு ஓவியரின் தொலைபேசி எண்ணை பத்திரிகை ஆசிரியரிடம் கேட்டேன்.

ஆசிரியருக்கு இப்போது ஒரு பெயர் கொடுக்க வேண்டும். கந்தன் என்று வைத்துக் கொள்வோம். கந்தன், ஆஹா தருகிறேன்

சார் என்றார். அந்தக் காலத்து எழுத்தாளர்கள் சார் என்று விளிப்பதில்லை. இவர் கொஞ்சம் விதிவிலக்கு போல. ஒரு மணி நேரம் எதிர்பார்த்தேன். ஃபோன் நம்பர் வரவில்லை. மறுநாளும் வரவில்லை. சரி, மறந்து விட்டார் போல என்று விட்டு விட்டேன். ஆனால் அது எப்படி மறக்க முடியும் என்ற கேள்வியும் வந்து கொண்டே இருந்தது. ஏனென்றால், புத்தகங்களின் அட்டைப் படம் பற்றியும், ஓவியர்கள் பற்றியும் நீண்ட நேரம் இருவரும் பேசிக் கொண்டிருந்தோம். நான் ஃபோன் நம்பர் கேட்ட ஓவியர் பற்றியே ஒரு பத்து நிமிடம் பேசியிருப்போம்.

எனக்கு இந்த விஷயம் மனதில் போட்டுக் குழப்பிக் கொண்டே இருந்தது. ஒரு வாரம் சென்று அவர் பத்திரிகையின் புதிய இதழ் தபாலில் வந்தது. வழக்கம் போலவே இதழ் பிரமாதமாக இருந்தது. எக்கச்சக்கமாக செலவு ஆகியிருக்கும். கவரில் அவரே என் முகவரியை எழுதியிருக்கிறார். அப்போதுமா அந்த ஓவியரின் தொலைபேசி எண் கேட்ட விஷயம் ஞாபகம் வந்திருக்காது என்று நினைத்தேன்.

இனி எனக்குத் தங்களின் பத்திரிகையை அனுப்ப வேண்டாம் என்று வாட்ஸப்பில் அவருக்கு செய்தி அனுப்பினேன். ஓகே சார் என்று பதில் அனுப்பினார். வேறு ஒரு எழுத்து கூட அவர் செய்தியில் இல்லை.

என் வாழ்க்கையில் நடந்த மறக்க முடியாத சம்பவங்களில் இது ஒன்று.

பல நண்பர்களிடம் இப்படித்தான் ஆகிறது. அது பற்றி நான் கவலையும் கொள்ளவில்லை. அவர்கள் என் அழைப்புக்குப் பதில் அழைப்பு தர முடியாமல் போயிருக்கலாம். சில சமயங்களில் *missed calls* ஃபோனில் தெரிவதில்லை. என் தோழி ஒருத்திக்கு ஃபோன் செய்தேன். ஒரு முக்கியமான விஷயம். பதில் இல்லை. மறுநாளும் பதில் இல்லை. மறுநாளும் பதில் இல்லை. நானும் அதோடு விட்டு விட்டேன். நான்கு நாட்கள் கழித்து அவள் என்னை அழைத்தபோது நான் எடுக்கவில்லை. ஒரு வாட்ஸப் செய்தி வந்தது. என்ன பிரச்சினை என்று.

கொக்கரக்கோவை அழைப்பேன். எடுக்க முடியாதபடி அவனுக்கு வேலை இருக்கும். ஆனால் அதிக பட்சம் பன்னிரண்டு மணி நேரத்துக்குள் அவனிடமிருந்து பதில் அழைப்பு இருக்கும். தவிர்க்க

முடியாதபடி போனால் அடுத்த நாளாவது அழைத்து விடுவான்.

தோழியை அழைத்து, குறைந்த பட்சம் நான் அழைத்தேன் என்றாவது உனக்குத் தெரியுமா என்று கேட்டேன். அதற்கு அவள், "எனக்கு முந்நூறு மிஸ்ட் கால்ஸ் வருகின்றன. நான் அதையெல்லாம் பார்ப்பதே இல்லை. நான்தான் என்னை வாட்ஸப்பில் அழையுங்கள், இல்லாவிட்டால் என் கணவரை அழையுங்கள் என்றேனே?" என்றாள். அவள் கணவரும் என் தீவிர வாசகர். நெருங்கிய நண்பர்.

இப்படி என் அழைப்பைப் பார்க்காமல் இருக்க பல நியாயமான காரணங்கள் இருக்கின்றன.

மொத்தத்தில், எனக்கு என்ன தோன்றுகிறது என்றால், என்னோடு பழகும்போது ஒரு பேரரசனோடு பழகுவது போல் பழகுங்கள். இல்லாவிட்டால் பழகவே வேண்டாம். எழுத்தும், படிப்பும், இசையும் இருக்கின்ற ஒருசில நண்பர்களுமே எனக்குப் போதும்.

ஆஃப்டர் ஆல் ஒரு கலெக்டர், ஒரு எம்மெல்லே கேட்டால் அவருடைய காரியத்தை எத்தனை கனகச்சிதமாக ஒரு பிசிறு இல்லாமல் செய்து தருகிறது இந்த சமூகம்? நான் கலெக்டரை விடவும் எம்மெல்லேயை விடவும் முக்கியமான ஆள். நான் கேட்கும் வேலையைக் கச்சிதமாக, ஒரு பிழை இல்லாமல் செய்து தர முடியாதா? முடியாது என்கிற போது நாம் சந்திக்கவே வேண்டாமே? என்னிடம் ஏன் உதவிக்கு மட்டும் வருகிறீர்கள்? என்னிடம் ஏன் நட்பு மட்டும் பாராட்டுகிறீர்கள்?

வாசகர் வட்ட சந்திப்புக்கு ஒருத்தர் வருகிறார். மாலை நான்கு மணிக்கு வந்தவர், இன்னொரு முக்கியஸ்தருக்கு வைத்திருக்கும் வெளிநாட்டு மதுவை எடுத்துக் குடித்து விட்டு படுத்து உறங்கி விடுகிறார். யாரிடமும் எந்த அனுமதியும் கேட்கவில்லை. பதினெட்டு மணி நேரம் உறங்கி விட்டு கிளம்பும்போது என்னிடம் வந்து "ரொம்ப டயர்டா இருந்துச்சு பெருமாள், தூங்கிட்டேன், இப்போ கிளம்புறேன்" என்று சொல்லி விட்டுப் போய் விட்டார். இது என்ன டாஸ்மாக் என்றா நினைத்தீர்கள்? இனிமேல் இது போன்ற ஆட்களை உள்ளே விடாதீர்கள் என்று கொக்கரக்கோவிடமும் கார்த்திக்கிடமும் அறிவுறுத்தியிருக்கிறேன். இத்தனைக்கும் மிக நீண்ட கால நண்பர் அவர். இனிமேலான வாசகர் வட்ட சந்திப்புகளில் ஐந்தாறு பேர் மட்டும்தான். அனுமதி

இல்லாமல் குடிக்கவும் கூடாது. யாரையும் வேலை வாங்கக் கூடாது. நீங்களேதான் வேலையை எடுத்துப் போட்டுக் கொண்டு செய்ய வேண்டும். அப்படி இல்லாதவர்கள் வராதீர்கள்.

என் நண்பர் ஒருத்தர். அவரோடு எப்படி வேண்டுமானாலும் நீங்கள் பழகலாம். எல்லோரையும் அரவணைத்துக் கொள்வார். நான் அப்படி அல்ல. ஒரு பேரரசனோடு பழகுவது போல்தான் நீங்கள் பழக முடியும். நான் உங்கள் தோள் மீது கை போடுவேன்தான். பதிலுக்கு நீங்கள் போட்டால் நட்பு துண்டிக்கப்படும்.

கடைசி இரண்டு வாக்கியங்களுக்கு என்ன அர்த்தம் என்று பலமுறை எழுதி விட்டேன். இன்னொரு முறையும் எழுதுகிறேன். தோள் மீது கை போட்டால் எனக்கே பாடம் எடுக்க ஆரம்பித்து விடுகிறார்கள். ”யார் தோள் மீதும் கை போடாதீர்களேன்” என்று ஒரு தோழியின் அறிவுரை கிடைத்தது. இல்லை. தோள் மீதுதான் கை போடுவேன். தோள் மீது விழுந்த கை பேரரசனுடையது என்று உங்களுக்குத் தெரிய வேண்டும். தெரியாவிட்டால் கையை விலக்கிக் கொண்டு வேறு இடம் கிளம்பி விடுவேன். எனக்கு ஒரு நஷ்டமும் இல்லை...

செப்டம்பர் 13, 2021

★★★

எழுதுவதற்கு உகந்த நேரம்

இந்த விஷயத்தைப் பற்றிப் பல எழுத்தாளர்கள் கருத்து சொல்லியிருக்கிறார்கள். சிலருக்குக் காலை நேரம். பலருக்கு இரவு. அதோடு, எழுதும் நேரம் குறித்து பல சுவாரசியமான தகவல்களும் அவர்களின் பதிலில் கசிவதுண்டு. அதனால் இந்தக் கேள்வியைக் கேட்பவர்களும் மிகுந்த உற்சாகத்துடனே கேட்டு வைக்கிறார்கள். என்னிடமும் பல நண்பர்கள் இதைக் கேட்பதுண்டு. முந்தாநாளும் ஒரு நண்பர் கேட்டார். அவருக்கு என்ன பதில் சொன்னேன் என்று ஞாபகம் இல்லை. எதுவுமே படிக்காதவன் கேள்வித் தாளைப் பார்த்து என்ன பதில் எழுதுவான்? அப்படித்தான் நானும் ஏதாவது அவரிடம் உளறியிருப்பேன். நேற்று மாலை நடந்த சம்பவங்களின் போதுதான் எனக்கே இந்தக் கேள்விக்குத் தெளிவான பதில் கிடைத்தது.

அதை விளக்குவதற்கு முன் இன்னொரு விஷயம். ஒரு ஊரில் ஒரு பிரபலமான ரோட்டோர டீக்கடை. அந்தக் கடை டீ அந்தப் பிராந்தியத்திலேயே பிரசித்தம். அவ்வளவு நன்றாக இருக்கும். எப்போதுமே பத்து பேர் நின்று கொண்டிருப்பார்கள்.

மாஸ்டர், ஒரு டீ சக்கரை கம்மி.

மாஸ்டர், ரெண்டு டீ, ஒரு டீ சக்கரை கம்மி, ஒரு டீ நார்மல் சக்கரை.

மாஸ்டர், ஒரு டீ, சக்கரை தூக்கல்.

மாஸ்டர், மூணு டீ, ரெண்டு டீ லைட்டு, ஒரு டீ ஸ்ட்ராங்கு.

மாஸ்டர், ஒரு காப்பி.

மாஸ்டர், ஒரு பிளாக் டீ.

இப்படி ஆளாளுக்குக் கூச்சல் போட்டுக் கொண்டிருப்பார்கள். அத்தனை பேருக்கும் டீ போட்டுக் கொண்டும், காசை வாங்கிக் கல்லாவில் போட்டுக் கொண்டும் இருக்கும் மாஸ்டர் மாதிரிதான் நானும் எழுதிக் கொண்டிருக்கிறேன்.

வைதேகிக்குதினமும் மாலை ஏழிலிருந்து ஒன்பதரை வரை ஆன்லைனில் ஆன்மீக வகுப்பு. வீட்டில் சப்தமே இருக்கக் கூடாது.

ஒருநாள்: -

என் அறைக் கதவை மூடிக் கொண்டு தட்டச்சு செய்ய ஆரம்பித்தேன். ஓ, அதற்கு முன்னால் சில காரியங்களைச் செய்வேன். அதைச் சொல்ல வேண்டும். எங்கள் அடுக்குமாடிக் குடியிருப்பில் மூன்று செக்யூரிட்டிகள். அவர்களில் ஒருவர் டேவிட். இரவு நேரத்தில் பூனைகளுக்கு உணவு கொடுப்பது அவர் வேலை. அதற்காக அவருக்குத் தனியாக சம்பளம் கொடுத்து விடுவாள் வைதேகி.

பத்து பூனைகள். கீழ்த்தளத்தில் வசிக்கின்றன. எட்டு மணி வாக்கில் வந்து கதவை மெதுவாகத் தட்டி அம்மா அம்மா என்று அழைப்பார் டேவிட் உள் அறையில் கதவை மூடிக் கொண்டு வேலை செய்யும் எனக்கு அந்தச் சத்தம் காதில் விழாது. ஏசி ஓடும் என்பதால் அறைக் கதவை மூடித்தான் வைக்க வேண்டியிருக்கும். டேவிட்டை உத்தேசித்து ஆறரை மணிக்கே பூனை உணவைத் தயாராக அது அதற்கான பாத்திரங்களில் போட்டு வைத்து விட்டேன். ஒரு நீளமான டப்பாவில் 350 கிராம் விஸ்காஸ் பூனை உணவை போட்டு மூடி வைத்தேன். அது அந்த டப்பாவில் பாதி வரும். முன்பெல்லாம் டப்பா முழுவதும் போடுவேன். பாதிதான் செலவாகும். ஆனால் காலையில் பார்த்தால் மீதி எதுவும் இருக்காது. அதேபோல் விஸ்காஸ் ஈர உணவு பாக்கெட் மூன்று கொடுப்பேன். ஒரு பாக்கெட் நாற்பது ரூபாய். இரண்டுதான் செலவாகும். மீதி ஒன்று காலை உணவுக்கு. ஈர உணவையும்

காய்ந்த உணவையும் கலந்து கொடுப்பது வழக்கம். ஆனால் ஒரு கட்டத்தில் காலையில் பார்த்தால் ஈர உணவு ஒரு பாக்கெட் மீதி இருக்காது. எங்கே போனது என்று புலன் விசாரணை செய்ததில் இவர் எடுத்ததாக அவர். அவர் எடுத்ததாக உவர். இவர் அவர் உவர் எவர்? யாருக்கும் தெரியவில்லை. கடைசியில் பிராணி நல ஆர்வலர்கள் இக்காலத்தில் அதிகமாகி விட்டது மட்டும் புரிந்தது. அதிலிருந்து காய்ந்த உணவு 350 கிராமும் ஈர உணவு இரண்டு பாக்கெட்டும் கொடுக்க ஆரம்பித்தேன். காய்ந்த உணவில் ஈர உணவைக் கலந்து போடுவது முறை.

பிராணி நல ஆர்வலர்கள் பெருகித்தான் விட்டார்கள் போல. வைதேகியைக் காண அவளுடைய ஒரு சிநேகிதி வந்தார். என் நண்பர்களை நான் வீட்டில் சந்திப்பதில்லை. ப்ரூ ரூம் என்று ஒரு ரெஸ்டாரண்டில்தான் சந்திப்பது. வைதேகி வீட்டை விட்டு வெளியே செல்வதில்லை என்பதால் வீட்டில்தான் சந்திப்பு. வீட்டில் விஸ்காஸ் உணவு மூட்டைகள் இருப்பதைப் பார்த்த அந்தப் பெண்மணி "எங்கள் வீட்டுப் பூனைகள் சரியாக சாப்பிடாமல் இளைத்துக் கிடக்கின்றன, ஒரு மூட்டை கொடுத்தால் தேவலாம்" என்றார். நானாக இருந்தால் "எனக்குக் கிடைப்பதே ரொம்பக் கடினம் அம்மா" என்று அன்புடன் சொல்லி மறுத்திருப்பேன். வைதேகி கர்ணனைப் போல. உடனே எடுத்துக் கொடுத்தாள். ஒரு மூட்டை 2000 ரூ. பிச்சை எடுத்தாராம் பெருமாளு, அதைப் பிடுங்கித் தின்னாராம் அனுமாரு என்ற பழமொழிதான் நினைவுக்கு வந்தது.

பிறகு ஒரு மாதம் சென்று அந்தப் பெண்மணி வைதேகிக்கு ஃபோன் போட்டு பூனை உணவு தீர்ந்து விட்டது, ஒரு மூட்டை வேண்டும் அம்மா என்றார். இதற்கு முன்னால் என்ன உணவு சாப்பிட்டன என்று கேட்டாள் வைதேகி. நாங்கள் சாப்பிடுவதைத்தான் போடுவோம், ஆனால் இப்போது பூனைகளை என் அம்மாவிடம் கொடுத்து விட்டதால் அங்கே சரியாக அவைகளுக்கு சாப்பாடு கிடைக்கவில்லை என்றார். அதற்கு வைதேகி, எங்களுக்கே பூனை உணவு திண்டாட்டமாக இருக்கிறது அம்மா, எப்போதும் கொடுத்த உணவையே கொடுங்கள் என்று சொல்லி விட்டாள். எனக்கு அப்பாடா என்று இருந்தது. ஆக மொத்தம், பிராணி நல ஆர்வலர்கள் பெருத்து விட்டது மட்டும் உறுதியானது.

சரி, நேற்றைய கதைக்கு வருகிறேன். முன்பெல்லாம் நான் டேவிட் வந்து அம்மா அம்மா என்று மெதுவாகக் கூப்பிட்டு கதவைத் தட்டிய பிறகுதான் டப்பாவில் உணவைப் போடுவது, ஈர உணவுப் பாக்கெட்டுகளை எடுப்பது, பத்து பூனைகளுக்கும் பத்து குழிக் கிண்ணங்களை எடுப்பது என்ற மூன்று வேலைகளையும் செய்வேன். அதற்குள் எனக்கு வேர்த்து விறுவிறுத்து நெஞ்சு வலி வந்து விடும். ஆஞ்ஜைனா.. சரியாவதற்கு ஒரு மணி நேரம் ஆகும். எதையும் எனக்குப் பரபரப்பாகச் செய்ய முடியாது. செய்யவும் கூடாது. டேவிட்டை வெளியே நிறுத்தி வைத்து விட்டு எப்படி நிதானமாகச் செய்வது? சில சமயங்களில் ஈர உணவு கார்ட்டன் தீர்ந்து போயிருக்கும். புதிய கார்ட்டனை கத்தி எடுத்து வந்து கிழித்துத்தான் எடுக்க வேண்டும். பத்து கிண்ணங்களையும் பாத்திரக் கூடையிலிருந்து சத்தம் எழாமல் எடுக்க வேண்டும். அதெல்லாம் சர்க்கஸில் கீழே வலை இல்லாமல் பார் ஆடுவதைப் போன்றது.

அப்போது பார்த்துத்தான் பீங்கான் பாத்திரம் தரையில் சல்லென்று விழுந்து உடையும்.

இதனால்தான் ஆறு மணிக்கே அந்த மூன்று வேலைகளையும் பதற்றமில்லாமல் முடித்து வைத்து விடுவேன். காய்ந்த உணவு, ஈர உணவு, பாத்திரங்கள். வீட்டுக்கு வெளியே உள்ள மேஜையில் வைத்து விடலாமே, டேவிட் கதவைத் தட்டாமலேயே எடுத்துக் கொண்டு போக ஏதுவாக இருக்குமே என்றேன். டேவிட்டைத் தவிர மற்ற யாரும் கூட எடுத்துக் கொண்டு போவார்கள், பரவாயில்லையா என்றாள் வைதேகி. அதுவும் வாஸ்தவம்தான். பிராணி நல ஆர்வலர்கள் அதிகமாகி விட்டதைத்தான் நாம் பார்த்தோம் இல்லையா?

அதனால் வீட்டுக்கு உள்ளேயே வைத்திருப்பேன். டேவிட் வந்து கேட்டதும் எடுத்துக் கொடுப்பேன்.

நேற்றைய கதை. லக்கி என்ற தாய்ப் பூனையும் அதன் நான்கு குழந்தைகளும் வைதேகியின் அறையில் வசித்தன. குட்டிகள் வயது ஒன்றரை மாதம். பெயரெல்லாம் வைத்தாகி விட்டது. ஆனால் கதைக்குத் தேவையில்லை. கதை, ஒரு எழுத்தாளனான எனக்கு எழுதுவதற்கு உகந்த நேரம் எது என்பது பற்றியது. ஏழரை மணி அளவில் அந்த அறையில் போய் எட்டிப் பார்த்தேன். ஐந்தும்

தூங்கிக் கொண்டிருந்தன. சாப்பிடும் நேரம். சரி, கேட்டால் கொடுக்கலாம் என்று என் அறைக்கு வந்து தட்டச்சு செய்ய ஆரம்பித்தேன்.

திடீரென்று என் அறைக் கதவை யாரோ படார் படார் என்று தட்டியதில் ஒருக்கணம் மிரண்டு போய் பிறகு நிதானம் அடைந்து திறந்தேன். உள் தாழ்ப்பாள் எல்லாம் போட மாட்டேன்.

ஆனாலும் வகுப்பில் இருக்கும்போது என்ன செய்வாள் வைதேகி? டேவிட் டேவிட் என்றாள் பதற்றத்துடன்.

மணியைப் பார்த்தேன். எட்டு. உடனே போய் எடுத்து வைத்திருந்த காய்ந்த உணவு, ஈர உணவு, பாத்திரம் மூன்றையும் கொடுத்தேன்.

திரும்பவும் வந்து விட்ட இடத்திலிருந்து எழுத ஆரம்பித்தேன். அரை மணி நேரம் சென்றிருக்கும். திரும்பவும் கதவு படார் படார் என்று அறையப்பட்டது. திடுக்கிடல். ஆசுவாசம். பிறகு பார்த்தால் லக்கி லக்கி என்றாள் வைதேகி மிகுந்த பதற்றத்துடன். லக்கி கிறா கிறா என்று கத்திக் கொண்டிருந்தது. பசி.

எழுந்து போய் ஐந்து பூனைகளுக்கும் உணவு கொடுத்தேன். திரும்பவும் வந்து அமர்ந்து, விட்ட இடத்திலிருந்து தொடர்ந்தேன்.

இப்படித்தான் எழுதிக் கொண்டிருக்கிறேன் நாள் முழுவதும். ஆண்டு முழுவதும்...

இன்று அதில் ஒரு கூடுதல் விசேஷம். ஹாலில் கிளாஸ் எடுத்தால் மோகனின் பிராணிகள் வேறு வந்து தொந்தரவு கொடுக்கின்றன, நான் உன் அறையிலேயே வந்து கிளாஸ் எடுக்கிறேன் என்று சொல்லி வைதேகி தன் மடிக்கணினியை எடுத்துக் கொண்டு வந்து என் அருகே அமர்ந்து விட்டாள். ஆமாம், மோகனும் அவன் மனைவியும் தமது இரண்டு நாய்களோடும் ஒரு பூனையோடும் வந்திருக்கிறார்கள். இரண்டும் சிங்கம் போல் இருக்கின்றன. பூனை நாய் போல் இருக்கிறது.

நான் தெற்கு பார்த்து அமர்ந்திருக்க, வைதேகி மேற்கு பார்க்க அமர்ந்திருக்கிறாள். அதாவது, என் வலது புறத்தில் அவள் முதுகு. என் கையைத் தூக்கினால் அவள் மீது இடிக்கும். என் அறை அவ்வளவு சின்னது.

கிறித்தவப் பாதிரிமார் பிரசங்கம் பண்ணும் போது பேசுவார்கள்

இல்லையா, அந்தக் குரலில் மிக உரத்துக் கத்தி பாடம் எடுத்துக் கொண்டிருக்கிறாள்.

கடவுளைக் கண்ணாரக் கண்டவர்களின் பரவசம் ஐயா. அதிலெல்லாம் நம்மைப் போன்ற சாமான்யர்கள் குறுக்கிடக் கூடாது.

நான் இந்தக் கதையை இவ்வாறாக எழுதி முடிக்கிறேன்...

என்னதான் சொல்லுங்கள், மார்க்கி தெ சாத் மனநோய் இல்லத்தில் டிஷ்யூ பேப்பரில் தனது நாவல்களை எழுதியதை விட நான் சௌக்கியமாகத்தான் எழுதிக் கொண்டிருக்கிறேன். டிஷ்யூ பேப்பர் சரி, எதைக் கொண்டு எழுதுவது? பென்ஸிலை கடத்திக் கொண்டு வந்து கொடுத்தாள் ஒரு பெண். அந்தப் பெண்ணுக்கும் ஸாதுக்கும் காதல் மலர்ந்ததாக ஸாதின் சரித்திரம் கூறுகிறது. இருந்தாலும் அவரை விட என் நிலை தேவலாம் என்பதில் எனக்கு ஒரு சிறிதும் சந்தேகம் இல்லை.

அக்டோபர் 5, 2021

★★★

கணினியின் அருகில் ஒரு டப்பா

இருபத்தோரு தினங்கள் பன்னிரண்டு உருப்படிகளுக்காக மாடு மாதிரி வேலை செய்தாள் வைதேகி. மகன், மருமகள், சிங்கம் சைஸில் இரண்டு கோல்டன் ரெட்ரீவர் நாய்கள், நாய் சைஸில் ஒரு பெர்ஷியன் பூனை, எங்கள் வீட்டுப் பூனைகள் ஐந்து எல்லாம் சேர்த்து பன்னிரண்டு. சமயம் பார்த்து பணிப்பெண்ணும் நின்று விட்டதால் எல்லா வேலையும் வைதேகி தலையில். உட்காரக் கூட முடியாமல் பன்னிரண்டு மணி நேர வேலை. நானும் கூட மாட ஒத்தாசை செய்வேன். ஆனால் கடின வேலைகளை என்னால் செய்ய இயலாது. அவளும் என்னைச் செய்ய அனுமதிக்க மாட்டாள். பட்டாளம் இன்று காலை கிளம்பி விட்டதால் கொஞ்சம் ஓய்வு எடுக்க வேண்டி, இன்று சமைக்க வேண்டாமே என்றாள் வைதேகி. அவளுக்கு சாப்பாடு எப்போதுமே முக்கியம் அல்ல. நேற்று வைத்த சாம்பார், ரசம் எல்லாம் இருக்கிறது. நான் வேறு மாதிரி.

அன்னபூர்ணிக்கு மெஸேஜ் செய்தேன். மீன் குழம்பு வேண்டும். உடனே அன்னபூர்ணி அழைத்து விட்டாள். அய்ரை, வஞ்சிரம்,

விரால் இதில் எது வேண்டும் என்றாள். விரால் என்றேன். இதோ இதைத் தட்டச்சு செய்து கொண்டிருக்கும்போது குழம்பு வந்து விட்டது. பொதுவாக மீன் குழம்பு என்றால் தொட்டுக்கொள்ள எதுவும் எனக்குத் தேவைப்படாது. ஆனால் விரால் என்று காதில் விழுந்ததும் விரால் வறுவல் நன்றாக இருக்குமே என்று வறுவலும் சொல்லி விடு என்றேன்.

என்னால் அந்த வேலையைச் செய்ய இயலாது. முதலில் கடை தேட வேண்டும். அதிலிருந்து ஆரம்பிக்கும் வேதனைக் கதை. பைத்தியம் பிடிப்பது போல் ஆகி விடும். உங்களுக்கு இந்த வேலையெல்லாம் தூசு. எனக்கு மண்டை காய்ந்து விடும்.

காலையில் நடந்த ஒரு கதையைச் சொல்கிறேன். நான்கு மணிக்கு எழுந்து தியானம் செய்ய அமர்ந்தேன். கணினியின் திரையில் வெளிச்சம் இருந்தது. அதை நான் பொதுவாக எதுவும் செய்ய மாட்டேன். ஏனென்றால், எதையாவது ஒன்று கிடக்க ஒன்று செய்து ஏதாவது ஏடாகூடம் ஆகி வேலை கெட்டு விடும் என்ற பயம். ஆனால் மோகன் சொன்னான், கணினித் திரையின் கீழ்ப்பகுதியில் இருக்கும் ஒரு குமிழை அழுத்தினால் வெளிச்சம் மறைந்து இருட்டாகி விடும். தேவைப்படும் போது அதே குமிழை அழுத்தினால் வெளிச்சம் வந்து திரை தெரிய ஆரம்பிக்கும். செய்தும் காண்பித்தான் என்பதால் இந்த எளிமையான வேலைக்கா பயந்தோம் என்று நினைத்து குமிழை அழுத்தி திரையை இருளாக்கி விட்டு தியானத்தில் அமர்ந்தேன்.

தியானத்தை முடித்து விட்டு வேலை செய்ய நினைத்து குமிழை அழுத்தினால் வெளிச்சம் வரவில்லை. முடிந்தது கதை. எந்த வேலையும் செய்ய இயலவில்லை. என் கைபேசியை எடுத்து அதில்தான் பத்து மணி வரை படித்துக் கொண்டிருந்தேன். பத்து மணிக்கு கொக்கரக்கோ கொடுத்திருந்த ஒரு எண்ணுக்கு ஃபோன் செய்தேன். முன்பெல்லாம் கணினியில் பிரச்சினை என்றால், தெரிந்தவர்களையே அழைத்துக் கொண்டிருந்தேன். அவர்கள் அம்பத்தூரிலிருந்தோ, மறைமலைநகரிலிருந்தோ வருவார்கள். கொக்கரக்கோதான் கச்சேரி சாலையிலேயே ஆட்கள் கிடைக்கும்போது ஏன் இப்படி சிரமப்பட வேண்டும் என்று சொல்லி, கச்சேரி சாலை கணினி சேவை மையத்தின் எண்ணையும் கொடுத்தான். பத்து மணிக்கு ஃபோன் செய்ததும் ஐந்து நிமிடத்தில் வந்தார் எஞ்ஜினியர்.

வந்ததும் கணினியின் அருகில் ஒரு டப்பா இருக்குமே, அதில் எதையோ அமுக்கினார். திரை தெரிய ஆரம்பித்தது. பணம் வேண்டாம் சார் என்று சொல்லி விட்டுக் கிளம்பி விட்டார்.

அப்புறம் கொக்கரக்கோவை அழைத்து அந்த டப்பாவின் பெயர் என்ன என்று கேட்டுத் தெரிந்து கொண்டேன். சிபியூ என்று பெயராம். சே, அதை 'ஆன்' பண்ண மறந்து விட்டேன்.

அக்டோபர் 16, 2021

★★★

என் இறுதி யாத்திரையில் கலந்து கொள்ளத் தடை செய்யப்பட்ட நண்பன்

"உயிரினங்களிலேயே மனித இனம்தான் ஆகவும் நன்றி கெட்ட இனம்" என்று பலரும் சொல்லக் கேட்டிருக்கிறேன். அப்போதெல்லாம் 'மனித இனத்துக்கு சுய விமர்சனம் நன்றாக வருகிறது' என்று நினைத்துக்கொள்வேன்.

மனிதர்களோடு எனக்கு சகவாசம் கம்மி என்பதால் எனக்கு இது பற்றி அதிகம் தெரியாது. என்னைப் பொருத்தவரை நான் நன்றி மறப்பதில்லை என்றும் உறுதிபடச் சொல்ல முடியாது. ஏனென்றால், என் உயிர்மூச்சான கொள்கைகள், கோட்பாடுகள் என்று வரும்போது இந்த நன்றி பன்றியையெல்லாம் தூக்கிப் போட்டு விடுவேன். எனக்குக் கொள்கை, கத்தரிக்காய் என்று இருப்பதைப் போல்தான் மற்றவர்களுக்கும் வேறு ஏதேதோ இருக்க வேண்டும். அதனால் பொதுவாகவே மனித இனம் இந்த நன்றி என்ற அற்ப விஷயத்தை அற்பமாகவே பார்த்து வருகிறது என்பதை நீங்களும் உங்கள் வாழ்க்கையில் உணர்ந்திருக்கலாம். ஆக, மனித இனமே இப்படித்தான் என்கிற போது என் நண்பர்கள் மட்டும் என்ன விதிவிலக்கா? பத்துக்கு ஒன்பது பேருக்கு நன்றி ஒரு பன்றி. ஆனால் சிக்கல் எங்கே தோன்றுகிறது என்றால், நன்றி பன்றியாவதில் இல்லை; முதுகிலும் குத்தி விட்டுச் செல்லும்போதுதான்.

இரண்டு நண்பர்களைப் படிக்க வைத்தேன். அப்போது நானே பிச்சை எடுத்துக் கொண்டிருந்த காலம். கொலைப் பட்டினி கிடந்த காலமும்கூட. கொடும் வட்டிக்குக் கடன் வாங்கிப் படிக்க வைத்தேன். விசேஷமான படிப்பு என்பதால் பெரும் செலவு. வட்டிக்காரன் வரும் போதெல்லாம் அலுவலகத்திலிருந்து காணாமல் போய் விடுவேன். பிறகு வைதேகிதான் தன் கைவளையை விற்று அந்தத் தொகையை அடைத்தாள். அந்த நண்பர்கள் பிறகு என்னுடைய அடையாளமாகக் கொள்ளத் தக்க நாவல் ஒன்றைத் தாங்களே எழுதிக் கொடுத்ததாகச் சொன்னார்கள்.

இதனாலெல்லாம் 'மனித இனம்தான் நன்றியைப் பன்றியாக நினைக்கிறது' என்ற தீர்மானத்துக்கு வர முடியாமல் கடந்த மூன்று மாதங்களாக மூன்று சம்பவங்கள். மூன்றுமே ஒரே காரியம். ஆனால் மூன்று முறை.

மூன்று மாதங்களுக்கு முன்பு ஒருநாள் நான் எம்மார்ஸி நகரில் காலை நடையில் ஈடுபட்டிருந்தேன். அப்போது ஒரு குறிப்பிட்ட இடத்தில் நடக்கும் போது மண்டையில் தடிக்கம்பால் தாக்கியதுபோல் ஒரு அடி. பொறி கலங்கி விட்டது. பார்த்தால் காகம். இத்தனைக்கும் நான் கடந்த மூன்று ஆண்டுகளாக, இந்த சாந்த்தோம் நெடுஞ்சாலை அடுக்குமாடிக் குடியிருப்புக்கு வந்ததிலிருந்து முப்பது காகங்களுக்கு உணவு கொடுத்து வருகிறேன். பூனை உணவைத்தான் கொடுக்கிறேன். சோறு கொடுத்தால் கீழே சிந்தி குப்பையாகிறது என்று புகார் வந்ததால் பூனை உணவுதான். பூனை உணவக்காசு. பிச்சை எடுத்துதான் இந்தக் காரியத்தைச் செய்து வருகிறேன். ஆனால் சாந்த்தோமில் இப்படி நான் ஒரு அறச்செயலில் ஈடுபடுவது அங்கிருந்து இரண்டு கிலோமீட்டர் தூரத்தில் உள்ள எம்மார்ஸி காகத்துக்கு எப்படித் தெரியும்? அதனால்தான் பொறி கலங்குவது போல் அடித்தது.

பிறகு, இரண்டு மாதங்களுக்கு முன்பு ஒருநாள் அதே இடத்தில் நடக்கும் போது மீண்டும் பொறி கலங்குவது போல் ஒரு அடி. அதே காகமா, வேறா என்று நமக்கு எப்படித் தெரியும்? பிறகு போன மாதமும் அதே இடத்தில் மீண்டும் பொறி கலங்கும் அடி. கிரிக்கெட் மட்டையால் அடித்தது போல் என்றுதான் எழுதினேன். ஆனால் கிரிக்கெட் மட்டையை நான் தொட்டது கூட இல்லை. அதனால்தான் தடிக்கம்பினால் என்று எழுதி

விட்டேன். ஆனால் பொறி கலங்க என்று எழுதியதில் கற்பனை சிறிதும் இல்லை. பொறி கலங்கத்தான் அடித்தன காகங்கள். இதற்காக நான் காகங்கள் எல்லாமே நன்றி கெட்டவை என்ற முடிவுக்கு வர முடியுமா, சொல்லுங்கள்?

காகம் இப்படியென்றால், மனிதர்கள் செய்வது முதுகுக் குத்து. காகம் மாதம் ஒரு முறை. மனிதர்கள் மூன்று ஆண்டுகளுக்கு ஒருமுறை. ஆரம்பத்தில் மிகவும் அதிர்ச்சியாக இருந்தது. ஆனால் நமக்கெல்லாம் தமிழ் சினிமா மூலம்தானே ஞானம் கிடைக்கிறது. அதேபோல் எனக்கும் தமிழ் சினிமாவின் ஸ்பீல்பெர்கான இயக்குனர் சிவாவின் விவேகம் என்ற படத்தைப் பார்த்து இம்மாதிரி முதுகுக் குத்து அனுபவங்களை எப்படி சமாளிப்பது என்று தெரிந்து விட்டது. மேற்படி படத்தில் தல அஜித்தை ரஷ்ய ராணுவமோ போஸ்னிய ராணுவமோ எதிர்த்துத் துப்பாக்கிச் சூடு நடத்தும். 'தல' ஒற்றை ஆள். பொது வாழ்விலும் 'தல' ஒற்றை ஆள்தானே? கலையிலும் வாழ்விலும் ஒன்றே போல் வாழ்பவர் எங்கள் 'தல'. 'தல' புராணம் போதும்; படத்துக்கு வருவோம். 'தல'யின் உடம்பு பூராவும் தோட்டாக்கள் பாயும். இது ஒன்றும் சூப்பர் மேன் படம் அல்ல. நாய் வளர்ப்பவர்களுக்குத் தெரியும். நாய் உடம்பில் குத்திக் கொண்டிருக்கும் உன்னியைப் பிடுங்கிப் போடுவது போல் நம் 'தல' அந்தத் தோட்டாக்களைத் தன் உடம்பிலிருந்து பிடுங்கிப் பிடுங்கி எறிவார். சே, இப்படி ஒரு எளிய வழி இருக்கும்போது நாம் ஏன் இத்தனை மன உளைச்சல் அடைந்தோம் என நினைத்துக் கொண்டு நானும் முதுகில் குத்தப்படும் போதெல்லாம் அம்புகளையும் கத்திகளையும் பிடுங்கிப் பிடுங்கிப் போட ஆரம்பித்தேன். இப்போதெல்லாம் அதுவே ஒருவித 'மஸாக்கிஸ்ட்' போதை ஆகி விட்டது. நான் அடிக்கடி சொல்வேன் அல்லவா, நான் ஆண் பாதி, பெண் பாதி என்று. அந்தப் பெண் பாகம் மேலெழுந்து இந்தியப் பெண்களைப் போல் மஸாக்கிஸ இன்பம் பெற ஆரம்பித்து விட்டது. இப்போதெல்லாம் யாராவது முதுகில் குத்தவில்லை என்றால் முதுகு அரிக்கிறாற்போல் தோன்றுகிறது.

மேற்கு நாடுகளில் மஸாக்கிஸ்ட் க்ளப்புகள் உண்டு.. அங்கே போய் யேசு கிறிஸ்து போல் கைகளைப் பக்கவாட்டில் நீட்டி நின்று கொண்டால் நம்மைக் கட்டையோடு பிணைத்து சாட்டையால் அடிப்பார்கள். ஊசியால் குத்துவார்கள். இன்னும் பலவித

ஆக்கினைகள் நடக்கும். அதற்குரிய கட்டணத்தைக் கட்டி விட்டு ரத்த விளாறாக வெளியே வந்து விடலாம். நம் இந்தியக் குடும்பப் பெண்கள் இத்தனை வெளிப்படையாக இல்லாமல் இலை மறைவு காய் மறைவாகச் செய்வார்கள். சில பேர் அம்மனுக்கு வேண்டிக் கொண்டு அங்கே போய் குப்புறப் படுத்துக் கொள்வார்கள். கோவில் பூசாரி காலில் ஆணிகள் அடித்த கட்டைச் செருப்புடன் அவர்கள் மீது ஏறி நடப்பார். இங்கே கோவில்களே மஸாக்கிஸ்ட் கிளப்புகளாகச் செயல்படுவதால் தனியாக மஸாக்கிஸ்ட் கிளப்புகள் இல்லை என்று நினைக்கிறேன்.

என்னைப் போன்ற எழுத்தாளர்களின் மஸாக்கிஸத் தேவைகளை நண்பர்களே கவனித்துக் கொள்கிறார்கள். சமீபத்தில் அப்படி ஒரு முதுகுக் குத்து. ஆனால் முந்தைய முதுகுக் குத்துகளுக்கும் இதற்கும் என்ன வித்தியாசம் என்றால், குத்தியவருக்கு இப்படிச் செய்திருக்கிறோம் என்றே தெரியாது. அவர் மனதில் கண்ணாயிரம் பெருமாளின் கழுத்தில் மாலை போடுகிறோம் என்றே நினைத்திருப்பார். நானும் வழக்கம் போல் முதுகிலிருந்து கத்தியை உருவித் தூக்கியெறிந்து விட்டு என்னுடைய நாவல் எழுதும் வேலையைப் பார்த்துக் கொண்டிருக்கிறேன்.

நேற்று நற்றிணை யுகனுக்கு ஃபோன் செய்தேன். மூன்று மாதங்களுக்கு முன்னால் ஃபோன் பண்ணினீர்களே, என்ன விஷயம் என்று கேட்டேன். பிஞ்ஜ் செயலியில் வெளிவந்து கொண்டிருக்கும் உங்கள் நாவல் சிறப்பாகச் செல்கிறது என்று சொல்லத்தான் ஃபோன் பண்ணினேன் என்றார். இதற்காக ஒரு பத்தாயிரம் பக்கம் படித்திருப்பீர்கள் போலிருக்கிறதே என்று கேட்டு, மேலும் பலவாறு பாராட்டினார். பத்தாயிரம் பக்கம் கூட முக்கியம் அல்ல. அந்தப் புத்தகங்களைச் சேகரிப்பதுதான் பிரம்மப் பிரயத்தனமாக இருக்கிறது. புத்தகங்களைச் சேகரிக்கவே பத்து இருபது லட்சம் ரூபாய் செலவாகும் போல் தெரிந்தது. ஒரு புத்தகம் லண்டன் நூலகத்தில் மட்டுமே கிடைக்கிறது. அதுவும் வெளியே கொடுக்க மாட்டார்கள். பத்து நாள் லண்டனில் தங்கிப் படிக்க வேண்டும். இப்படி. நல்லவேளையாக, அந்தக் குறிப்பிட்ட நூல் மும்பை கருவூலத்தில் இருப்பதை அமெரிக்காவில் வசிக்கும் ஒரு நண்பர் தெரிவித்தார். அதை மும்பையில் வசிக்கும் மற்றொரு நண்பர் தன்னுடைய நண்பர்களிடம் சொல்லி, குறுந்தகட்டில் பதிந்து அனுப்பினார். இப்படி ஒரு நூறு புத்தகங்களைச் சேகரித்தேன்.

எல்லாமே சில நூற்றாண்டுகளுக்கு முன் எழுதப்பட்டவை. இப்படியாக ஒரு முப்பதாயிரம் பக்கங்களைப் படித்து குறிப்புகள் எடுத்திருக்கிறேன். அந்தக் குறிப்புகளை மட்டும் பிற்காலத்தில் வெளியிடலாம் என நினைக்கிறேன். நாவல் ஆயிரம் பக்கம் வரலாம். அல்லது, அதைத் தாண்டியும் போகலாம். அதற்கு மேல் போகாமல் பார்த்துக் கொள்ள வேண்டும். ஒவ்வொரு அத்தியாயம் முடிந்ததும் பத்து நண்பர்களைத் தவறாமல் கேட்டு விடுகிறேன். அலுப்பு அடிக்கிறதா என்பதே கேள்வி. இதில் இருவரைத் தவிர மற்ற மூவரும் எப்போதுமே கடுமையாக விமர்சிப்பவர்கள். அப்படி இருந்தும் எல்லோருமே படு சுவாரசியமாக இருக்கிறது என்று சொல்வதால் தொடர்ந்து எழுதுவதற்கான ஊக்கம் கிடைக்கிறது.

முதுகுக் குத்து பற்றிய கதையில் ஏன் திடீரென்று இந்த நாவல் பிரஸ்தாபம் என்றால், சில சமயங்களில் நாம் எழுதுவது நம்மையே பாதிக்கும் அல்லவா? அப்படி இந்த நாவல் என்னை ஒருவகையில் பாதித்தது. உயிரோடு இருக்கும்போது முதுகில் குத்திக் கொன்று விட்டு, பிணத்தைப் புதைத்து மேலே அலங்காரமான கல்லறை மண்டபம் கட்டுவது மொகலாயர் வழக்கம். பிரம்மாண்டமாக இருக்கும். அதை என் வாழ்க்கையிலேனும் செய்யலாகாது என்று முடிவு செய்தேன். ஜஹானரா சொல்கிறாள். ”என் கல்லறையின் மீது சலவைக் கல் மண்டபம் கட்டாதீர். உள்ளே புதையல் இருக்கிறது என்று உடைத்து விடுவார்கள். வெறும் புற்களே போதும். புற்களைச் சிதைத்தால் மீண்டும் புற்கள் முளைக்கும்.”

ஃபேஸ்புக்கில் தினமும் சிலரைத் தடை செய்கிறேன். கைபேசியிலும் தடை செய்கிறேன். இப்போதுதான் முதல் முதலாக என் மரணத்துக்குப் பிறகும் ஒருவரைத் தடை செய்யப் போகிறேன். நேற்று ஒரு நண்பருக்கு ஒரு குறுஞ்செய்தி அனுப்பினேன். ”திரு எக்ஸ் என் இறுதி யாத்திரைக்கு வரக் கூடாது என்று விரும்புகிறேன். தாங்கள் தயவுசெய்து அதை எனக்கு இப்போதே உறுதிப் படுத்தினால் நான் நிம்மதியாக இருப்பேன்.” என்னை விட பதினெட்டு வயது சிறியவரான அவர் “சே, இப்படியெல்லாம் பேசாதீர்கள் பெருமாள், மரணம் என்பது நிச்சயமில்லாதது என்கிற போது நீங்கள் என்னை *outlive* செய்வதற்கும் வாய்ப்பு இருக்கிறது” என்று பதில் மெஸேஜ் அனுப்பினார்.

ஜோக் அடிக்காதீர்கள். நான் சீரியஸாகப் பேசுகிறேன். மிஸ்டர் எக்ஸ் என் இறுதி யாத்திரைக்கு... ஓ, எழுதியதையே திரும்ப

எழுதுகிறேன். கூடாது. கதை கச்சிதமாக இருக்க வேண்டும். திரும்பவும் முன்பு அனுப்பிய குறுஞ்செய்தியையே நன்கு அழுத்தமாகப் புரியும்படி எழுதி அனுப்பினேன்.

சரி, நானும் சீரியஸாகவே பதில் சொல்கிறேன். நான் எப்படி அவரை 'வராதீர்' என்று சொல்ல முடியும்?

அப்படியெல்லாம் தர்ம சங்கடம் வேண்டாம். இந்தக் குறுஞ்செய்தியை அவருக்கு அனுப்பினால் போதும். புரிந்து கொள்வார்.

அதோடு இந்த நண்பரும் புரிந்து கொண்டார். ஆக, மரணத்துக்குப் பிறகும் ஒருவரைத் தடை செய்தாயிற்று.

அத்தனை வெறுப்பா என்கிறீர்களா? சேச்சே. அப்படியெல்லாம் இல்லை. அவருக்குத்தான் அவர் என்னை முதுகில் குத்தியதே தெரியாதே? அவர் எனக்கு மாலை போட்டதாக அல்லவா நினைத்துக் கொண்டிருக்கிறார்? சாணிக்கும் சந்தனத்துக்கும் வித்தியாசம் தெரியாத ஆட்களையெல்லாம் நீங்கள் வெறுப்பீர்களா? பரிதாபம்தான் பட முடியும். நான் அந்தப் பரிதாபம் கூடப் படுவதில்லை. ஏனென்றால், மற்றவர்களைப் பார்த்துப் பரிதாபம் கொண்டால் நாம் ஏதோ அவர்களை விடப் பெரிய ஆள் என்ற ஹோதா வந்து விடுகிறது. அப்படி வரக் கூடாது. அதற்கு நீங்கள் மற்றவரைப் பார்த்துப் பரிதாபம் கொள்ளக் கூடாது.

சரி, அப்படி தான் ஒருத்தரை முதுகில் குத்தியதே தெரியாத அப்புராணி மனிதரை ஏன் மரணத்தின் போது ஒதுக்கி வைக்க வேண்டும்? அவர் என்ன தெரிந்தா அந்தத் தவறைச் செய்தார்? தெரிந்து செய்தாலும், தெரியாமல் செய்தாலும் அதற்கான தண்டனையை அவர் ஏற்றே ஆக வேண்டும். ஏனென்றால், இப்படிச் செய்தால் அவர் யோசிக்க ஆரம்பிப்பார். இனிமேலாவது மாலை போடுவதாக நினைத்து யாரையும் முதுகில் குத்த மாட்டார். ஏதோ நம்மால் முடிந்த சமூக சேவை!

அது எப்படி, இத்தனைத் திண்ணமாக ஏதோ காலண்டரில் குறித்து வைத்திருப்பது போல் சொல்கிறேன் என்று நீங்கள் நினைக்கலாம். ஆம், திண்ணம்தான். கர்மா, பாவ புண்ணியம் ஆகியவற்றை நான் நம்புகிறேன். அதன்படி என் மரண நாள் குறிக்கப்பட்ட பிறகுதான் நான் ஜனனம் கொண்டிருக்கிறேன். நான்கு வெவ்வேறு

இடங்களில், நான்கு வெவ்வேறு கால கட்டங்களில், நான்கு வெவ்வேறு சோதிடர்கள் என் ஜாதகக் கட்டங்களைப் பார்த்து என் ஆயுளை ஒரே மாதிரி கணித்தார்கள். ஒரே ஆண்டு.

அதனால்தான் அவ்வளவு திட்டவட்டமாக நண்பருக்கு அந்தக் குறுஞ்செய்தியை அனுப்பினேன்:

"திரு எக்ஸ் என் இறுதி யாத்திரையில் கலந்து கொள்ள வேண்டாம் எனச் சொல்லுங்கள்."

சுமார் அரை மணி கழித்து நண்பரிடமிருந்து இப்படி ஒரு குறுஞ்செய்தி வந்தது:

"பெருமாள், உங்கள் குறுஞ்செய்தியை எக்ஸுக்கு அனுப்பினேன். எக்ஸ் இவ்வாறு ஒரு பதிலை அனுப்பினான். அந்தப் பதில்:

'அவசியம் பெருமாளின் இறுதி யாத்திரையில் கலந்து கொள்வேன். ஆனால் இப்போதே நீ அதை அவரிடம் சொல்லி விடாதே.'"

நவம்பர் 21, 2021

★★★

ரத்து செய்யப்பட்ட குறுஞ்செய்தி

சற்று நேரத்துக்கு முன்பு ஒரு தோழி குறுஞ்செய்தி அனுப்பினாள். செய்தி ரத்து செய்யப்பட்டிருந்தது. என்ன சொல்ல விரும்பி, அனுப்பி விட்டு, பின் அதை ரத்து செய்திருக்கிறாள்? எத்தனையோ காரணங்கள் இருக்கலாம். பேசினால் சொல் வெளியே போய் விடுகிறது. போன வார்த்தையைத் திரும்ப எடுக்க முடியாது. போனது போனதுதான். அதனால்தான் அதை வடு என்கிறார் வள்ளுவர். ஒருத்தர் என் எழுத்தை கக்கூஸ் என்று சொன்னார். அதாவது பாராட்டாகத்தான் சொன்னார். ஒரு வீடு என்று இருந்தால் பூஜையறையும் இருக்கும், கக்கூஸும் இருக்கும். நீங்கள் கக்கூஸ். இதுதான் அவர் சொன்னது. கக்கூஸும் ஒரு வீட்டுக்குத் தேவைதானே என்று விளக்கவும் செய்தார். இனிமேல் எனக்கு ஃபோன் செய்யாதே என்று கத்தி விட்டு விட்டு விட்டேன். விடவில்லை. மனதில் அது ஆறாக் காயம். இரண்டு ஆண்டுகளுக்கு முன்பு அவர் தான் முன்பு சொன்னதற்காக மனமுருகி மன்னிப்புக் கேட்டார். இனி என்னிடம் பேசாதே என்றுதான் என்னால் சொல்ல முடிந்தது. மன்னிக்க முடியவில்லை. சொல் ரணம்.

அதேபோல் ஒரு வாரத்துக்கு முன்பு ஒரு நண்பரிடம் ஏதோ சொல்லியிருக்கிறேன். அவர் மீது எனக்கு மிகுந்த கோபம். மிகுந்த வருத்தம். அதனால் அப்படிச் சொல்லியிருக்கிறேன். இன்று பேசினேன். நான் சொன்னதைச் சொன்னார். எனக்கு ஞாபகம் இல்லை. வாய் தவறிச் சொல்லியிருக்கலாம், மேலும், i dont own it என்றேன். ஆ பெருமாள், நீங்கள் சொன்னால் வாய் தவறிச் சொன்னது. நாங்கள் சொன்னால் வருஷக் கணக்கில் சொல்லிக் காண்பித்துக் கொண்டே இருப்பீர்கள், இல்லையா என்றார்.

சரியான கிடுக்கிப் பிடி. நான் மறந்தே போனாலும் அவருக்கு ஞாபகம் இருப்பதால் அதைச் சொன்னதற்கு மன்னிப்புக் கேட்டுக் கொண்டேன்.

வாய் மூலம் தொடர்பு கொண்டால் இதுதான் பிரச்சினை. டெக்ஸ்ட் பண்ணி விட்டால் உடனடியாக அதை நீக்கி விடும் சாத்தியம் இருக்கிறது. மன்னிப்புக் கேட்க வேண்டிய தர்மசங்கடம் இல்லை. மன்னிப்புக் கேட்பதில் எனக்கு எந்தப் பிரச்சினையும் இல்லை. மற்றவர்களை வருத்தமுறச் செய்யாமல் இருக்கலாம் இல்லையா?

வள்ளுவர் காலத்தில் இண்டர்நெட், டெக்ஸ்டிங் போன்ற வசதிகள் இல்லை. இருந்திருந்தால் குறுஞ்செய்தியை நீக்கி விடக் கூடிய சாத்தியத்தைக் கணக்கில் எடுத்துக் கொண்டிருப்பார். சொல் வடுவாகத் தங்கும் முன் நாம் அதை நீக்கி விடலாம்.

ஆ, சொல்ல மறந்து போனேன் பாருங்கள். தோழிக்கு நான் இரண்டு செய்திகள் அனுப்பி இரண்டையும் உடனுக்குடன் ரத்து செய்தேன். என்ன செய்தி என்று கேட்கிறீர்களா? எதுவுமே இல்லை. சும்மா வீம்புக்குக் காலியாகவே அனுப்பி ரத்து செய்தேன். நீ ஒன்றா, இதோ பார் இரண்டு என்று இரண்டு காலிச் செய்திகளை அனுப்பி இரண்டு முறை ரத்து செய்தேன். நேர விரயம்தான். இருந்தாலும் இன்னா செய்தாரை ஒறுத்தல் அவர் நாண நன்னயம் செய்ய வேண்டாமா? ராஸ்கல்...

நவம்பர் 22, 2021

★★★

Chat Support

அன்னபூர்ணிதான் என்னுடைய உணவுத் துறை. எப்போதெல்லாம் வீட்டில் உணவு இல்லையோ அல்லது ஒரே உணவையே ஐந்தாவது முறையாகத் தின்ன நேர்கிறதோ அப்போது அன்னபூர்ணிக்கு மெஸேஜ் போட்டு விடுவேன். என்னது, ஐந்தாவது முறையா? இதோ கணக்கு: நேற்று மதியம் சாம்பார். அதையே இரவுக்கு. காலை இட்லிக்குத் தொட்டுக் கொள்ள. இன்று மதியமும் அதே சாம்பார். அப்படியானால் இன்று இரவு ஐந்தாவது முறைதானே? பிடி அன்னபூர்ணியை. இன்று இரவு அப்படி நேர்ந்தது. சப்வேயிலிருந்து ஒரு சாண்ட்விச் வாங்கலாம் என்று நினைத்தேன். வைதேகி நான் பழம் சாப்பிட்டுக் கொள்கிறேன் என்று சொல்லி விட்டாள். இருந்தாலும் அவளைப் பார்க்க வைத்துக் கொண்டு நான் சாப்பிடுவது ஒரு எழுத்தாளனுக்கு அழகல்ல என்பதால் இரண்டு சாண்ட்விச் வேண்டும்.

அன்னபூர்ணியைப் பிடிக்க வேண்டாம் என்று முடிவு செய்தேன். ஒன்று, இன்று ஞாயிற்றுக்கிழமை. இரண்டு, நேற்றுதான் பூனைகளுக்காகவும் எனக்காகவும் லிஷியஸ் சிக்கன் அன்னபூர்ணி மூலம் வாங்கினேன். அது இரண்டு கிலோ 700 ரூ. ஏன் இத்தனை விலை உயர்ந்த லிஷியஸ் சிக்கன் என்றால், மற்ற சிக்கன் சாப்பிட்டால் என் பூனைகள் ரத்த வாந்தி எடுக்கின்றன. பொய் சொல்லவில்லை. அந்திமழை அசோகன் சாட்சி. அவர்

மிருக வைத்தியரும் கூட. ஆனால் எனக்கு மற்ற சிக்கன் ஒத்துக் கொள்கிறது, ரத்த வாந்தி எடுப்பதில்லை. என் வீட்டுப் பூனைகள்தான் என்னை விட மேட்டுக்குடியாக இருக்கின்றன.

இப்படி நேற்றுதான் அன்னபூர்ணி லிஷியஸ் சிக்கனுக்காக எழுநூறு செலவு செய்திருப்பதால் இன்றும் நானூறு ரூபாய் செலவு வைக்க மனம் வரவில்லை. ஸ்ரீராமிடம் சொல்லலாம். ஆனால் போன வாரம்தான் அவர் எனக்கு இரண்டாயிரம் ரூபாயில் ஒரு புத்தகம் வாங்கிக் கொடுத்தார். இப்போது எழுதிக்கொண்டிருக்கும் நாவலுக்காக. உடனேயே அவருக்கு செலவு வைக்கக் கூடாது. ஆனால் அவரை ஆர்டர் போடச் சொல்லி விட்டு நான் ஜீப்பே மூலம் பணம் அனுப்பலாம். அவர் அதைத் திருப்பி அனுப்பி விடுவார். எனவே நாமே ஆர்டர் போடலாம் என நினைத்தேன். நினைத்த நேரம் சரியில்லை. அது வேறு எனக்கு அப்போதே தெரிந்து விட்டது. கெட்டது நடக்கும்போது அது எனக்கு முன்பே தெரிந்து விடுகிறது. நல்லது நடக்கும்போது தெரிவதில்லை.

இன்னொரு முக்கிய விஷயம். இரண்டு ஆண்டுகளாக என் வங்கி அட்டை முடக்கப்பட்டிருப்பதால் நான் ஸ்விக்கி, ஸொமோட்டோ எதையும் பயன்படுத்த முடியாத நிலையில் அன்னபூர்ணியை மட்டுமே நம்பியிருந்தேன். சமீப காலமாக ஸ்ரீராமும் சேர்ந்து கொண்டிருக்கிறார். அதனால் கொக்கரக்கோ ஒரு உபாயம் பண்ணினான். ஜீப்பே மூலம் பணம் கொடுக்க கைபேசியில் ஒரு ஏற்பாடு செய்தான். பயந்து விடாதீர்கள். என் வங்கி அட்டையில் இணைய வங்கி வேலைகளை மட்டுமே செய்ய முடியாது. ஏடிஎம்மில் பணம் எடுக்க முடியும். வங்கிக்காரன் நேரில் வரச் சொல்கிறான். ஆனால் நாவலை முடிக்காமல் என்னால் போக முடியாது.

ஆர்டர் கொடுத்தேன். இரண்டு சாண்ட்விச். ஒன்று, சாஸ் போட்டது. சில்லி சாஸ். இரண்டாவது, சாஸ் போடாதது. இது ஒன்றும் அத்தனை சுலபமாக இல்லை.

சாண்ட்விச் எத்தனை நீளம்? பதினைந்து செண்டிமீட்டரா? முப்பது செண்டிமீட்டரா? செண்டிமீட்டர் கணக்கு புரியாதவர்களுக்கு அதை இஞ்ச்சிலும் மாற்றிப் போட்டிருந்தான்.

அடுத்து, என்ன மாதிரி ப்ரெட் வேண்டும்?

Parmesan Oregano

வறுத்த பூண்டு ப்ரெட்
வெள்ளை இத்தாலியன் ப்ரெட்
மல்ட்டிக்ரெய்ன் ப்ரெட்
மல்ட்டிக்ரெய்ன் ஹனி ஓட்ஸ் ப்ரெட்
அடுத்து, ப்ரெட் எப்படிப்பட்டதாக இருக்க வேண்டும்?
வெறும் ப்ரெட்.
சீஸ் ஸ்லைஸோடு
டோஸ்ட்டட் ப்ரெட்
டோஸ்ட்டட் ப்ரெட் வித் சீஸ் ஸ்லைஸ்
டோஸ்ட்டட் ப்ரெட் வித் மாஸரேலா சீஸ் (அது என்ன எழவு சீஸோ?)

அடுத்து, என்னென்ன காய்கறிகள் போட வேண்டும்?

வெள்ளரிக்காய்
தக்காளி
வெங்காயம்
கேப்ஸிகம்
ஆலிவ்
ஊறுகாய்
ஹலாபீனோஸ்
உப்பும் மிளகும்

இதில் எட்டைத் தேர்ந்தெடுக்கலாம் என்றான். எட்டுதான் இருந்தது. எட்டையும் தேர்ந்தெடுத்தேன். அதாவது எனக்கு. வைதேகிக்கு வெறும் வெள்ளரி, தக்காளி, வெங்காயம் மட்டுமே.

அடுத்தது கொஞ்சம் பிரச்சினையான பகுதி. சாஸ்.

மயானிஸ்
மிண்ட் மயானிஸ்
ரெட்சில்லி மற்றும் பார்பெக்யூ சாஸ்.
பெரி பெரி சாஸ்

இப்படி வாயில் பெயர் நுழையாத என்னென்ன சாஸோ. மயானிஸ் சாப்பிட்டால் எனக்குத் தாங்க முடியாத வயிற்று வலி வரும் என்பதை மட்டும் தெரிந்து வைத்துக் கொண்டிருக்கிறேன். இதில் நீங்கள் மூன்றைத் தேர்ந்தெடுக்கலாம் என்றான். நான்

ரெண்டைத் தேர்ந்தெடுத்தேன். ரெட் சில்லி மற்றும் பார்பெக்யூ சாஸ். வைதேகிக்கு நோ சாஸ்.

ஏதோ 390 ரூ ஆயிற்று.

ஆறு மணிக்கு ஆர்டர் கொடுத்தேன். ஆறு இருபதுக்கு வந்து விட்டது.

எட்டு மணிக்குப் பிரித்தேன். சாப்பிட்டுக் கொண்டிருக்கும்போது வைதேகி பிரித்தாள். அவளுக்கும் அதே சிகப்பு நிற சில்லி சாஸ். ஒரு வாய் போட்டதுமே அவளுக்கு நெருப்பை வாயில் போட்டது போல் ஆயிற்று.

நான் சாப்பிட்டு முடித்து விட்டு அவளுக்காக மீண்டும் ஒரு முறை ஆர்டர் போடவா என்று கேட்டேன். வேண்டாம் என்று சொல்லி விட்டாள். ஸொமோட்டோவிடம் சென்று மோசமான சர்விஸ் என்று கருத்து எழுதலாம் என்று நினைத்துத் திறந்தேன்.

என் பெயர் ஆயிஷா, உங்களுக்கு என்ன பிரச்சினை, நான் உங்களுக்கு உதவி செய்வதற்காக வந்திருக்கிறேன் என்று சாட்டில் கேட்டாள் ஒரு பெண்.

இன்ன மாதிரி இரண்டு சாண்ட்விச் ஆர்டர் பண்ணினேன், ஒன்றில் சாஸ், ஒன்றில் வித்தவ்ட் சாஸ், ஆனால் இரண்டுமே சாஸ் போட்டு வந்துள்ளது, அதனால் ஒன்றைப் பயன்படுத்த முடியாமல் போய் விட்டது, இப்போது என் மனைவி பட்டினி கிடக்க வேண்டிய சூழ்நிலை என்று விளக்கினேன்.

சரி, இந்தப் பிரச்சினையை எப்படித் தீர்க்கலாம் என்று நினைக்கிறீர்கள்?

அடடா, இந்தப் பிரச்சினையை எப்படித் தீர்ப்பது என்று எனக்குத் தெரிந்தால் நான் ஏன் உங்களிடம் இப்படி சாட் பண்ணிக் கொண்டிருக்கிறேன்?

கொஞ்சம் மௌனம்.

நீங்கள் ஒரு சாண்ட்விச்சில் சாஸ் வேண்டாம் என்று சொல்லியிருக்க வேண்டும். சொல்லாவிட்டால், இரண்டிலுமே சாஸ் போட்டுத்தான் தருவார்கள். சாஸ் போடாமல் சாண்ட்விச் வேண்டும் என்றால் அதை நாம்தான் ஸ்பெஷலாகச் சொல்ல வேண்டும். அதை நாம் தனியாகக் குறிப்பிட வேண்டும்.

இல்லை. ஏற்கனவே உங்கள் பக்கம் ஒரு தவறு நடந்து, அந்தத் தவறை நீங்கள் சரி பண்ணுவதை விட்டுவிட்டு, என் நேரத்தையும் வீணாக்கிக் கொண்டிருப்பதும் அல்லாமல், நான்தான் தவறு செய்திருக்கிறேன் என்று வேறு சொல்லி என்னை மன உளைச்சலுக்கு ஆளாக்குகிறீர்கள். இதுதான் நீங்கள் எனக்கு உதவி செய்யும் லட்சணமா?

இல்லை, நான் உதவிதான் செய்து கொண்டிருக்கிறேன். அதுதான் என் வேலை.

ஓ, சாஸ் வேண்டாம் என்று முன்கூட்டியே சொல்லாமலா இவ்வளவு நேரம் நான் உங்களிடம் புகார் செய்து கொண்டிருக்கிறேன் என்று நினைக்கிறீர்கள்?

அப்படியானால் ஃபோட்டோ அனுப்புங்கள்.

என் ஃபோட்டோ உங்களுக்கு எதற்கு?

இல்லை, ஆர்டர் ஃபோட்டோ அனுப்புங்கள்.

ஆர்டர் ஃபோட்டோவை எடுத்தேன். ஆனால் அனுப்ப முடியவில்லை. அனுப்பத் தெரியவில்லை. அதனால் ஆர்டர் நம்பரை ஒரு காகிதத்தில் குறித்துக் கொண்டு அதை அனுப்பினேன்.

இல்லை, ஃபோட்டோதான் வேண்டும்.

சரி, அனுப்ப முயற்சிக்கிறேன்.

ஃபோட்டோ எடுத்தேன். அனுப்பலாம் என்று பார்த்தால் மேனேஜ் என்று வந்தது. மேனேஜை அமுக்கினால் அது வேறு எங்கு எங்கோ கண் காணாத திசைக்கெல்லாம் சென்று என்னை நிலைகுலைய வைத்தது.

கொக்கரக்கோவுக்கு ஃபோன் போட்டேன். எடுக்கவில்லை.

ஸ்ரீராமுக்கு ஃபோன் போட்டேன். எடுத்தார்.

இன்ன இன்ன மாதிரி விஷயம்.

சாட் பகுதிக்குக் கீழே கூட்டல் குறி தெரிகிறதா?

ஆமாம். அதை அமுக்கினேன். அது கேலரிக்குப் போனது. ஃபோட்டோவை அமுக்கினால் மேனேஜ் என்று வருகிறது.

அப்படியானால் சாட்டிலிருந்து விலகி விட்டு மீண்டும் முயற்சி செய்யுங்கள். போகும்.

அவர் சொன்னபடியே செய்தேன். மேனேஜ் அல்லது கேன்ஸல் என்றுதான் வந்தது. அதை அமுக்கினால்... அதுதான் ஏற்கனவே சொன்னேனே, என்னை எங்கெங்கோ கண் காணாத திசைக்குக் கூட்டிச் சென்றது.

சரி, எதற்கும் இருக்கட்டும் என்று ஃபோட்டோவை அமுக்கினேன். அது போய் சாட்டில் அமர்ந்தது.

ஆ, இந்தாருங்கள், நீங்கள் கேட்ட ஃபோ.........ட்டோ.

இல்லை. இந்த ஃபோட்டோ இல்லை. சாஸ் வேண்டாம் என்று நீங்கள் சொன்னதாகச் சொன்னீர்களே, அந்த ஃபோட்டோ.

அதையும் தேடிக் கண்டுபிடித்து சென்ற முறை செய்த மாதிரியே செய்து அனுப்பினேன்.

அந்த சாண்ட்விச்சின் ஃபோட்டோ அனுப்புங்கள்.

அதை நான் குப்பையில் போட்டு விட்டேன்.

அந்த ஃபோட்டோ இல்லாமல் நான் ரெஸ்டாரண்டிடம் பேச முடியாது.

அப்படியா, இருங்கள். அதையும் அனுப்ப முயற்சி செய்கிறேன்.

குப்பைக்கூடையில் இருந்த அந்த சாண்ட்விச்சை எடுத்து ஃபோட்டோ எடுத்தேன்.

அட விடுப்பா பெருமாள் என்று அருள்வாக்கு சொன்னாள் வைதேகி.

பணத்துக்காக இல்லம்மா, என்னதான் நடக்குதுன்னு பாத்துருவமே.

அந்த ஃபோட்டோவையும் அனுப்பினேன்.

இன்னொரு சாண்ட்விச்சின் ஃபோட்டோவையும் அனுப்புங்கள்.

அதை எக்ஸ்ரே அல்லது ஸ்கான்தான் செய்ய வேண்டும்.

ஏன்? அதெல்லாம் வேண்டாம். ஃபோட்டோ போதும்.

முடியாது. அது என் வயிற்றில் இருக்கிறது. என் ஐஃபோனில் வயிற்றுக்குள் இருப்பதை ஃபோட்டோ எடுக்கும் வசதி இல்லை.

அந்த ஃபோட்டோ இல்லாவிட்டால் நான் ரென்ஸ்டாரண்டிடம் பேச முடியாது.

விட்டு விட்டேன்.

கொஞ்ச நேரத்தில் மீண்டும் சாட்டில் வந்தார் ஆயிஷா.

மீண்டும் உங்களுக்கு ஏதாவது உதவி தேவையென்றால், எங்களை அழையுங்கள். நானோ அல்லது செலீனாவோ வருவோம்.

நான் உங்களை நீதிமன்றத்தில் சந்திக்கிறேன்.

அதெல்லாம் தேவையில்லை. ஃபோட்டோ இருந்தால் போதும். இந்தப் பிரச்சினையைத் தீர்த்து விடலாம்.

கொக்கரக்கோ அழைத்தான்.

இதெல்லாம் தேவையில்லாத வேலை பெருமாள். தப்பா வந்தா தூக்கிப் போட்டுட்டு மறுபடியும் ஆர்டர் பண்ணிக்குங்க. சப்பை மேட்டர்.

டிசம்பர் 26, 2021

★★★

மூந்நூறு க்ளோஸப் ஷாட்டுகள்

1. ஆசானுக்கு மரியாதை

எக்ஸ் பதிப்பகம் மற்றும் ஒரு அறக்கட்டளை சார்பாக என் ஆசானும் மதிப்புக்குரிய நண்பருமான ஒருவருக்கு வாழ்நாள் சாதனையாளர் விருது அளிக்கப்படுகிறது. இதை நான் எனக்கே அளிக்கப்பட்ட கௌரவமாகக் கருதுகிறேன். எங்கள் சில்ஸிலாவில் யாருமே அப்படி அப்படியே க்ளோனிங் செய்த மாதிரி ஒருவர் சொல்வதை அடுத்தவர் ஏற்றுக் கொள்வது கிடையாது. அரசியல், தத்துவம், சமூகம், இலக்கியம் போன்ற பல்வேறு துறைகளில் அன்பையும் அபிமானத்தையும் அடிப்படையாகக் கொண்ட புரிதலோடு வாழ்தல் என்பதுதான் இந்த சில்ஸிலாவின் பொதுத்தன்மை. ஆகவே நூற்றுக்குத் தொண்ணூறு விஷயங்களில் வேறுபட்டாலும் இந்தப் புள்ளியில் ஒன்றுபட வேண்டும். மேலும், அன்பு பற்றிய புரிதலிலும் பல குளறுபடிகள் உள்ளன. எல்லா மதங்களும் அன்பைப் பேணுவதற்காகவே உருவாக்கப்பட்டதாக சொல்லிக் கொண்டு வந்து கடைசியில் பார்த்தால் மனித சரித்திரம் பூராவும் ரத்த ஆறு ஓடுவதற்கே மதங்கள் துணை புரிந்தன. எனவே அன்பு என்றால் என்ன என்பதிலேயே பல பிரச்சினைகள் எழுகின்றன.

குடிக்காதே, உன் நல்லதுக்காகத்தான் சொல்கிறேன் என்று என்னிடம் சொல்லும் நல்லவரைப் பார்த்தால் எனக்கு ஹிட்லரைப் போல் தெரிகிறான். என் சுவாசத்தை விட நான் முக்கியமானதாகக் கருதும் என் சுதந்திரத்தை என்னிடமிருந்து பறிப்பவன் என் மீது அன்பு செலுத்தக் கூடியவனாக இருப்பான்? அவன் அப்படி நினைக்கிறான். அவ்வளவுதான். என்னைப் பொருத்தவரை அவன் என்னுடைய *predator*.

★★★

2. அமலா பாலை அழைத்திருக்கிறீர்களா?

வானத்தில் இருக்கும் நட்சத்திரங்களின் ஆயுளோடு ஒப்பிட்டால் மனித ஆயுள் எத்தகையது? ஒப்பிட முடியுமா? ஒரு புல் நுனியில் திகழும் நீர்த்துளியோடு சமுத்திரத்தை ஒப்பிட முடியுமா? நீர்க்குமிழி. ஈசல். இவ்வாறாக, மனித ஆயுளின் அற்பத்தன்மைக்கு எத்தனையோ எண்ணிலடங்கா உதாரணங்களைச் சொல்லிக் கொண்டே போகலாம்.

ஆனாலும் ஒரு ஹெடோனிஸ்டுக்குக் கண்ணிமைக்கும் ஒரு கணம்தான் ஆதி அந்தம் இல்லாதது. இந்தப் பின்னணியில் பின்வரும் விஷயத்தைப் படிக்கவும்.

என் காலத்திய இலக்கிய நிகழ்ச்சி மவுண்ட் ரோடு எல்.எல்.ஏ. பில்டிங்கில் உள்ள ஒரு அறையில் நடக்கும். கிராமத்துப் பள்ளிகளில் ஒண்ணாங்கிளாஸில் போட்டிருக்கும் பெஞ்சுகளும் டெஸ்குகளும் உள்ள அறையில்தான் நிகழ்ச்சி நடக்கும். மொத்தமே இருபது பேர்தான் அமரலாம். பத்து பேர் வந்தால் அந்த நிகழ்ச்சி மிகச் சிறப்பாக நடந்ததாகும். இதில் பேச்சாளர்களே ஐந்து பேர். அதில் மூன்று பேர் அந்த நூலை குப்பை என்று திட்ட இரண்டு பேர் பாராட்டுவார்கள். இப்படித்தான் நான் முப்பது ஆண்டுகளுக்கு முன்பு எழுதிய ஒரு நாவலின் வெளியீட்டு விழா நடந்தது. இந்திரா பார்த்தசாரதி பாராட்டிப் பேசினார். பத்து பேர் வந்திருந்தனர். ஐவர் பேச்சாளர்.

அதனாலெல்லாம் மனதளவில் ரொம்பப் பாதிக்கப்பட்டதனாலோ என்னவோ நான் கடந்த பதினைந்து ஆண்டுகளாக வேறு

மாதிரி நடந்து கொள்ள ஆரம்பித்து விட்டேன். இப்போதைய இலக்கிய நிகழ்வுகள் நிகழ்வுகள் அல்ல. விழாக்கள். நான் கவனம் செலுத்துவது புகைப்படக் கலைஞரை. எத்தனையோ பிரபலங்கள் பிரமுகர்கள் வருவதால் நிகழ்ச்சியின் புகைப்பட ஆல்பத்தில் தேடினால் எங்கேயோ ஒரு மூலையில் இருப்பேன் நான். அதனால் என்னுடைய புத்தக வெளியீட்டு நிகழ்ச்சிகள் காமராஜர் அரங்கில் நடக்கும் போது புகைப்படக் கலைஞரிடம் சொல்லி விடுவது வழக்கம். நான் நன்றாக வர வேண்டும்.

கலைஞரும் எடுத்தார். கலைஞரை எடுப்பவர். அதனால் அதேபோல் என்னையும் எடுத்து விட்டார். நூற்றுக்கணக்கான புகைப்படங்கள். எல்லாம் என் முகத்தின் க்ளோஸப்புகள். அடப்பாவி, நான் என்ன சினிமா சான்ஸ் கேட்பதற்கா புகைப்படம் எடுக்கச் சொன்னேன்? அவ்வளவு பெரிய காமராஜர் அரங்கைக் கூட எடுக்காமல் என்னையே வளைத்து வளைத்து எடுத்துத் தள்ளி விட்டார் கலைஞர். (அப்போதெல்லாம் எனக்கு பிரபு காளிதாஸைத் தெரியாது.)

இப்போது பிரபு இருக்கும் உயரம் வேறு. அதனால் நாளைய நிகழ்ச்சிக்கு என்ன செய்யலாம் என்று யோசித்தேன். செந்திலை அழைத்தேன். அவர் ஹார்மோனியப் பெட்டி சைஸுக்கு ஒரு கேமராவை வைத்துக் கொண்டு நிகழ்ச்சியில் குறுக்கும் நெடுக்குமாக அலைந்து கொண்டிருப்பார். என் தீவிர வாசகர்.கிருஷ்ணனுக்கு நேற்று ஃபோன் செய்தேன். "வெளியூர் போயிருக்கிறேன். உள்ளூரில் இருந்தாலும் கேமராவை சர்விஸ் பண்ண வேண்டும்" என்று சொல்லி விட்டார்.

பிறகு ஒரு நண்பருக்கு ஃபோன் செய்தேன். அவர் கலாரசனையுடன் புகைப்படம் எடுப்பவர். புகைப்படம் அவர் தொழில் அல்ல. பொழுதுபோக்கு. அவர் கேமராவும் சர்விஸ் செய்ய வேண்டுமாம். ஆனால் அவர் ஒரு மனிதாபிமானி என்பதால் வேறு ஒருவரை ஏற்பாடு செய்திருப்பதாகச் சொல்லியிருக்கிறார்.

நான் நண்பரிடம் என்ன சொன்னேன் என்றால், நிகழ்ச்சியில் எத்தனையோ பிரமுகர்கள் எழுத்தாளர்கள் சினிமாத் துறையினர் எல்லாம் வருவார்கள். பதிப்பகத்தாரே புகைப்படக்காரரை ஏற்பாடு செய்திருப்பார்கள். ஆனால் அந்தப் புகைப்படக்காரர் நிகழ்ச்சியின் சிறப்பான தருணங்களை பிரத்தியேகமாக எடுக்க

சாத்தியம் இல்லை அல்லவா? மேலும், நாளைய நிகழ்வின் நாயகர் வாழ்நாள் சாதனையாளர் விருது பெறப் போகும் நண்பர்.. இன்னொரு நாயகர், நாவல் போட்டியில் முதல் பரிசு வாங்குபவர். குறும்பட்டியலில் இடம் பெற்றிருக்கும் ஐவரில் ஒருவர். இந்த இரண்டு விழா நாயகர்களையும் விட்டு விட்டு என்னைப் புகைப்படம் எடுங்கள் என்று சொல்வது நன்றாக இருக்காது. இதையெல்லாம் மீறி என்னையே எடுங்கள் என்று சொல்வதற்கு நான் நிகழ்ச்சியை நடத்தும் பதிப்பகத்தின் உரிமையாளராக இருக்க வேண்டும். அல்லது, ரஜினியாக இருக்க வேண்டும். இரண்டுமே இல்லை என்பதால் என் பிரச்சினையை நான்தானே பார்த்துக் கொள்ள வேண்டும்? அதனால்தான் இந்த மாற்று ஏற்பாடு. என் நண்பரிடம் சொன்னேன், என்னுடைய தருணங்கள் புகைப்படமாகப் பதிவாக வேண்டும். ஆனால் அவர் ஏற்பாடு செய்திருக்கும் புகைப்படக் கலைஞர், முன்பு என் முகத்தை மட்டுமே முந்நூறு க்ளோஸப் படம் எடுத்த கலைஞர் போல் இருந்து விடக் கூடாதே என்று இப்போது கவலையாக இருக்கிறது. உதாரணமாக, நானும் அமலா பாலும் பேசிக் கொண்டிருப்பது ஒரு நல்ல தருணம்தானே? அதைப் படம் எடுக்க வேண்டாமா? (ஆமாம், நாளைய நிகழ்ச்சிக்கு அமலா பாலை அழைத்திருக்கிறார்கள்தானே?)

அப்படி இல்லாமல் திரும்பவும் என் முகத்தை மட்டுமே க்ளோஸப்பில் எடுத்து எனக்குப் போட்டுக் காண்பித்தீர்கள் என்றால் அப்புறம் இருக்கிறது சங்கதி.

டிசம்பர் 2, 2021

★★★

ஓராண்டுப் பயிற்சி

அன்புக்குரிய விவேக்,

உன்னைப் பற்றி முன்பு எழுதியபோது கூட விவேக் என்று குறிப்பிடாமல் வினோத் என்றுதான் எழுதினேன். மற்றவர்களுக்குத் தெரிந்து உன்னைப் பற்றி எழுதினேன் என்றால் அது உன்னை அவமதிப்பது ஆகி விடும் என்பதால் அப்படி. இப்போது பெயர் குறிப்பிட்டே எழுதுவதன் காரணம், நடந்ததெல்லாம் பொதுவில், சபையில், பலர் முன்னிலையில் என்பதால்.

நீ கோவாவில் செய்த பிழைகளின் போதே உன்னை அவதானித்து விட்டேன். நீ செய்வது பிழைகள் அல்ல. உன் கர்வத்தினாலும் அகங்காரத்தினாலுமே அந்தத் தவறுகளைச் செய்கிறாய். ஆனால் அதை கணிப்பதில் எனக்கு அவகாசம் தேவைப்பட்டது. உறுதிப்படுத்திக் கொள்ள வேண்டியிருந்தது. இப்போது உறுதியாகி விட்டது.

நீ எங்கெல்ஸுடன் நெருங்கிப் பழகுவதால் எங்கெல்ஸ் பற்றி எது தேவை என்றாலும் உன்னைத்தான் அணுகுவார்கள். இது நான் உன்னைப் பற்றிச் சொன்னதால் ஏற்பட்டிருக்கும் எண்ணம். இதுதான் உண்மையும் கூட. கோவாவிலேயே உன்னைக் கண்டித்தேன். அது பற்றி பெயர் மாற்றியும் எழுதினேன். அப்புறம் என் அடுத்த பயணத்துக்கு நான் வரவா என்று கேட்டாய். ஒரு கணமும் யோசிக்காமல் சம்மதித்தேன். ஆகவே நீ எனக்கு

மிகவும் நெருக்கமானவன் என்று நண்பர்கள் நம்புகிறார்கள். அதுதான் உண்மையும் கூட. அதனாலேயே நீ நேற்றைய நிகழ்வை ஒருங்கிணைத்துத் தர உன்னை அழைத்திருக்கலாம். எனக்குத் தெரியாது. ஞாபகமும் இல்லை. நானே சொல்லியிருந்தாலும் எனக்கு ஞாபகம் இருக்காது. ஔரங்ஸேப் தவிர என் மனதில் இப்போது எதுவும் இல்லை.

நீதான் நேற்றைய நிகழ்ச்சியின் முதல் பாதிக்கான கேப்டன். நீதான் அடுத்து யார் பேச வேண்டும் என்று சொல்ல வேண்டியவன். அப்படிப் பேசுபவர் யார் என்று அறிமுகம் செய்ய வேண்டியவன். எங்கெல்ஸ் பற்றிய அறிமுக உரையைப் பத்து நிமிடம் பேச வேண்டியவன். நீதான் எங்களிடமெல்லாம் தனியாக வந்து ஒவ்வொருவரும் பதினைந்து நிமிடத்துக்கு மேல் ஒரு நிமிடம் கூடப் பேச வேண்டாம் என்று சொன்னவன். நீ முதலில் எங்கெல்ஸ் பற்றி அறிமுக உரை நிகழ்த்த வேண்டும். எவ்வளவு பேசியிருக்கலாம். ஐந்து நிமிடம். ஏனென்றால், ஒவ்வொருவர் பற்றியும் வேறு நீ ஒன்றிரண்டு வார்த்தைகள் சொல்ல வேண்டும். எழுபத்தைந்து வயது கல்யாணி, நாற்பத்தைந்து ஆண்டுகள் எங்கெல்ஸுடன் ஒன்றாகக் களப்பணி ஆற்றியவர் அமர்ந்திருக்கிறார். நீ பாட்டுக்கு அரை மணி நேரம் வாய்க்கு வந்ததை உளறிக் கொட்டிக் கொண்டிருக்கிறாய். நீ பேசியது உனக்கு முன்னால் அமர்ந்திருந்த ஒருவருக்குமே புரியவில்லை என்பதை அவர்களின் முகத்தைப் பார்த்துமா உன்னால் புரிந்து கொள்ள முடியவில்லை? மேடையில் இருந்த நாங்களும் ஆளாளுக்குப் பேச ஆரம்பித்து விட்டோம். எங்கள் எல்லோரையும் பதினைந்து நிமிடத்துக்கு மேல் பேச விடாமல் தடுக்க வேண்டிய நீ இருபது நிமிடத்துக்கு மேலும் பேசிக் கொண்டிருப்பதைப் பார்த்துப் பதற்றம் கொண்ட புவனேஸ்வரி உனக்குப் பின்னால் வந்து நின்று கொண்டு உன்னிடம் சொல்லிக் கொண்டே இருக்கிறார். அதை அந்தக் கூட்டத்துக்கு வந்திருந்த அத்தனை பேரும் பார்க்கிறார்கள். நீ உன்னுடைய அகங்காரத்தின் காரணமாக, சுரணை கெட்ட தடித்தனத்தின் காரணமாக உண்டாக்கிய அபத்த நாடகத்தை ஒட்டு மொத்த சபையே பார்த்துக் கொண்டிருந்தது. உன் சட்டையைப் பிடித்து இழுக்காததுதான் குறை. அந்த அளவுக்கு உன்னையே சுற்றிச் சுற்றி வந்து உனக்கு சீட்டு கொடுப்பதும், சீக்கிரம் முடியுங்கள் என்று சொல்வதுமாக இருந்தார் புவனேஸ்வரி.

ஏன் தம்பி, பத்து லட்சம் ரூபாய் செலவு செய்து இப்படி ஒரு விழா நடத்தி விட்டு உன் சட்டையைப் பிடித்துக் கெஞ்சிக் கொண்டிருக்க வேண்டுமா? நீ என்ன நினைத்துக் கொண்டிருக்கிறாய்?

அத்தனை அபத்த நாடகத்துக்குப் பிறகும் நீ சளைக்கவே இல்லை. அந்த மைக்கைப் பிடித்துக் கொண்டு கொஞ்சிக் கொண்டே இருக்கிறாய். தாய்லாந்தில் செக்ஸ் கிளப்புகளில் ஒரு நீண்ட அலுமினியத் தடி தூண் மாதிரி இருக்கும். அந்தத் தடியைத் தன் தொடைகளுக்கு நடுவே வருவது போல் மேலும் கீழுமாக வந்து ஆடுவாள்கள் செக்ஸ் தொழிலாளிகள். அவர்களாவது அதைக் காசுக்குச் செய்கிறார்கள். நீயோ அந்த மைக்கைப் பிடித்துக் கொண்டு வாய் மைதுனமே செய்ய ஆரம்பித்து விட்டாய்.

என்ன செய்தும் நீ இறங்கவில்லை. என்ன நடந்தது தெரியுமா? நான் இளம் வயதில் கீழே இருந்திருந்தால் எழுந்து நின்று டேய் நிறுத்துடா போதும் என்று கத்தியிருப்பேன். காலம் கெட்டு விட்டது. நேற்று அப்படி யாரும் கத்தாமல் போனதற்காக மனம் மிக நொந்து போகிறேன். சமூகத்தில் சுரணை குறைந்து விட்டது. என் நண்பர் ராகவன்தான் பலமாகக் கை தட்டினார். அவரைத் தொடர்ந்து எல்லோரும் கை தட்டினார்கள். நீ அதை எப்படி எடுத்துக் கொண்டாய் என்று தெரியவில்லை. பாராட்டி கை தட்டுகிறார்கள் என்று நினைத்துக் கொண்டாயோ. அந்தக் கோரஸ் கைதட்டலையும் கண்டு நீ பதற்றம் அடைந்தது போல் உன் முகத்தில் தெரியவில்லை. பொதுவாகவே உன் முகம் ஜென் துறவி போல் உணர்ச்சியே இல்லாமல் இருக்கிறது.

ஜெனிவாவில் நடந்த ஒரு தொழிலாளர் யூனியன் மாநாட்டில் கலந்து கொண்ட என் நண்பர் சொன்னார். உலகின் பல இடங்களிலிருந்தும் தொழிலாளர் சங்கங்களிலிருந்து கலந்து கொள்கின்றனர். ஒருத்தருக்கு ரெண்டு நிமிடம்தான். அதற்கு மேல் மைக் அணைந்து விடும். நம்மூர் கழகம் வேறு சென்று பேசியிருக்கிறது. இரண்டு நிமிடத்தில் மைக் அணைந்து விட்டது. எட்டு பத்து மொழிகளில் நாம் பேசுவது உடனுக்குடன் மொழிபெயர்ப்பு ஆகி விடும். கழகத்திடம் இதையெல்லாம் விளக்கமாகச் சொல்லித்தான் அனுப்பியிருக்கிறார்கள். கழகம் நிறுத்தவில்லை. மைக் இல்லாததால் கத்திப் பேச ஆரம்பித்திருக்கிறது. எல்லோரும் கை தட்டி ஆரவாரம் செய்திருக்கிறார்கள் கழகத்தை

உட்காரச் சொல்லி. கழகமோ இன்னும் உற்சாகமாகப் பேச ஆரம்பித்திருக்கிறது, நம் பேச்சை ரசிக்கிறார்கள் என்று நினைத்துக் கொண்டு. இங்கே வந்து தலைமையிடம் வேறு வந்து அதேபோல் சொல்லியிருக்கிறது. அந்த வேலையைத்தான் நீயும் செய்திருக்கிறாய் தம்பி.

நீ செய்த தறுதலைத்தனத்தால் என்ன ஆனது தெரியுமா? அடுத்து பேசிய அத்தனை பேருக்கும் பதற்றம் ஆயிற்று. எனக்குத் துண்டுச் சீட்டே வந்து விட்டது 'இரண்டு நிமிடங்கள் பெருமாள்' என்று. என் வாழ்வில் நடந்த பெரிய அவமானமாகக் கருதுகிறேன். பத்தே நிமிடத்தில் அந்தச் சீட்டு வந்தது. அதற்கு மேல் என் வேகம் தடைப்பட்டு விட்டது. நெருப்பில் நீர் ஊற்றியது போல் ஆயிற்று. என்னை உருவாக்கிய ஒருவர் பற்றிப் பேசும் போது நீ செய்த அடாவடித் தடித்தனத்தினால் எனக்கு சீட்டு. டேய் தம்பி விவேக், நான் நூற்றுக்கணக்கான மேடைகளில் பேசியிருக்கிறேன். என்னைப் பற்றி உனக்குத் தெரியும். எனக்குக் காலம் கடவுள். எங்குமே நேரம் தவறியதில்லை. எங்குமே நேரம் கடந்தும் பேசியதில்லை. உன்னால் எனக்குத் துண்டுச் சீட்டு.

இனி ஒரு ஆண்டுக் காலத்துக்கு நீ வாசகர் வட்ட நிகழ்ச்சிகளில் கலந்து கொள்ளத் தடை விதிக்கிறேன். உனக்கு விருப்பமானால் விஷ்ணுபுரம் வட்டத்தில் சேர்ந்து ஒரு ஆண்டுக்குப் பயிற்சி எடுத்துக் கொண்டு இங்கே வா. என் பேச்சுக்கு மற்ற இடங்களை விட அதிகமாக விஷ்ணுபுரம் வட்டத்தில் மதிப்பு உண்டு. வேண்டுமானால் நானே சிபாரிசு செய்கிறேன்.

டிசம்பர் 5, 2021

★★★

கோவா நாட்குறிப்புகள் – 1

வெளியுறவுத் துறையில் ஐஏஎஸ்ஸாக இருந்தாலும் கோபால் மிகவும் அடக்கமானவர். தன் பதவி பற்றி யாரிடமும் ஒரு வார்த்தை சொல்ல மாட்டார். எந்த பந்தாவும் கிடையாது. கோவாவிலிருந்து திரும்பியதும் எனக்கு ஃபோன் செய்து "நான் ஏதாவது தவறு செய்திருந்தால் சொல்லுங்கள் பெருமாள், திருத்திக் கொள்ளலாம்" என்றார். யார் கேட்பார் இப்படி? இப்படிக் கேட்டதால் சொல்கிறேன்.

செந்தில் நன்கு சமைக்கக் கூடியவர். பிரமாதமாகச் செய்வார். அவரும் கோபாலும் மீன் வாங்கக் கிளம்பினார்கள். நாங்கள் தங்கியிருந்த வீட்டின் உரிமையாளர் ஒரு இடம் சொன்னார். ஆனால் அங்கே செல்வதற்கு முன்னாலேயே ஒரு பெரிய கடை இருந்திருக்கிறது. சகல மீன்களும் இருந்தன. வீட்டுக்காரர் சொன்ன கடைக்குப் போகலாம் என்கிறார் கோபால். எல்லா மீனும்தான் இங்கேயே இருக்கிறதே, இங்கேயே வாங்கலாம். இது செந்தில். மீன் வாங்கியாயிற்று. வீட்டுக்காரர் சொல்லியிருந்த கடைக்குப் போயிருந்தால் மதியம் சாப்பிட மூன்று மணி ஆகியிருக்கும். நான் வெளியே போய் சாப்பிட்டிருப்பேன். நல்ல காலம். அந்த ஆபத்து நிகழவில்லை.

அருமையான மீன் குழம்பு. ஆனால் கானாங்கெளுத்தி மீன். கானாங்கெளுத்தி எனக்குப் பிடிக்காது. பலருக்கும் பிடிக்காத

மீன்தான். ஏதோ இல்லாத பாட்டுக்குத் தின்னலாமே தவிர இப்படி ஒரு விருந்தில் கானாங்கெளுத்தியா? வஞ்சிரம், காலா, வவ்வால் என்று வாங்குவது அல்லவா சிறப்பு? யாராவது குற்றாலத்தில் போய் குளியல் அறையில் குளிப்பார்களா? நான் கோவா போனால் மூன்று வேளையும் மீன் உணவுதான் சாப்பிடுவேன். மிகவும் ஏமாற்றத்துடன் "யாருங்க இந்த மீனை வாங்கியது?" என்று கேட்டேன். கோபால்தான் வாங்கச் சொன்னார் என்றார் செந்தில்.

இதுதான் பிரச்சினை. நமக்குத் தெரியாத விஷயத்தில் மூக்கை நுழைக்கக் கூடாது. தெரியாவிட்டால் எனக்கு ஒரு ஃபோன் போட்டுக் கேட்கலாமே? அதுவும் இல்லை.

அடுத்து நம் தம்பி. விவேக். எக்ஸ் பதிப்பக விழாவில் கலக்கியவன். ஆனால் நிரம்பப் படித்தவன். படித்துக் கொண்டிருப்பவன். தங்கமான தம்பி. இன்றைய இளைஞர்களைப் போன்றவன் அல்ல. குடிப் பழக்கம் இல்லை. சிகரெட் இல்லை. பெண் சகவாசமும் இல்லை. பிறந்து வளர்ந்ததெல்லாம் திருவாரூர். இங்கே ஊர்ப் பெயரைச் சொல்லியே ஆக வேண்டும்.

நானும் கொக்கரக்கோவும் வகதூர் பீச்சுக்குச் சென்று கொண்டிருந்தோம். விவேக், செந்தில், ப்ரியா மூவரும் இரண்டு ஸ்கூட்டர்களில் பின்னால் வருகிறார்கள். ஒரு திருப்பத்தில் போலீஸ் நின்று கொண்டு வாகனங்களை மடக்கி யார் யார் முகக்கவசம் அணியவில்லையோ அவர்களுக்கெல்லாம் அபராதம் வசூலித்துக் கொண்டிருந்தார்கள். ரசீது கொடுத்தால் ஆயிரம். இல்லாவிட்டால் ஐநூறு. இரவில் போலீஸ் கெடுபிடி கிடையாது. இரவிலும் கெடுபிடி செய்தால் கோவாவுக்கு சுற்றுலாப் பயணிகள் வர மாட்டார்கள் என்று அரசுக்குத் தெரிந்திருக்கிறது.

திருப்பத்தில் வண்டிகளைப் பார்த்ததுமே வண்டியை மடக்கித் திருப்பாமல் நேராக விட்டான் கொக்கரக்கோ. அவனும் முகக் கவசம் அணிந்திருக்கவில்லை. ஆனால் ஹெல்மெட் போட்டிருந்தான். போலீஸும் கண்டு கொள்ளவில்லை. ப்ரியாவுக்கு ஃபோன் செய்து திருப்பத்தில் திரும்ப முயற்சிக்காமல் நேராக வந்து விடச் சொல்லி சொன்னான் கொக்கரக்கோ. ஃபோன் போட்டேன். போலீஸிடம்தான் நின்று கொண்டிருக்கிறோம் என்றார் ப்ரியா.

ஐநூறைக் கொடுத்து விட்டு வர வேண்டியதுதானே? விவேக் தம்பி போலீஸிடம் பேச்சு வார்த்தை நடத்துகிறான். போலீஸுக்குப் பிடிக்காத விஷயம் பேச்சு வார்த்தை. லைசென்ஸை எடு என்கிறார்கள். தம்பியிடம் லைசென்ஸ் கிடையாது. ஹெல்மெட்டும் போடவில்லை. விஷயம் தீவிரமாகிறது. செந்தில் அரசு அதிகாரி. தொலைதூரத்தில் தன் வண்டியில் நின்று கொண்டிருந்தவர் போலீஸிடம் நெருங்கிப் போய் தன் அடையாள அட்டையைக் காண்பிக்கிறார். "நீங்கள் கமிஷனர் ஆஃப் போலீஸாக இருந்தாலும் அபராதம் கட்டித்தான் ஆக வேண்டும்" என்கிறார்கள் போலீஸ்காரர்கள். அவர்கள் ஒன்றும் நேர்மையாளர்கள் இல்லை. அவர்கள் பேசும் முறையே அப்படித்தான். இதற்கிடையில் ஒரு போலீஸ்காரர் உஷாராகி விட்டார். மதுவைப் பரிசோதிக்கும் எந்திரத்தை உருவி செந்தில் முன்னே நீட்டி ஊதுங்கள் என்கிறார். செந்தில் ஒரு பாட்டில் பியர் அருந்தியிருந்தார். ஐந்து நிமிடம் முன்பு.

நேற்று இரவு சாப்பிட்டது சார் என்கிறார் செந்தில். அப்படியானால் தைரியமாக ஊதுங்கள். முப்பதுக்குள் இருந்தால் நீங்கள் யாரும் அபராதம் கட்ட வேண்டாம். கிளம்பிப் போய் விடலாம். இல்லையென்றால் மூவாயிரம் அபராதம்.

முப்பத்தைந்து இருந்ததாம். மூவாயிரம் கட்டிவிட்டு வந்து சொன்னார்கள்.

குழி தோண்டியது விவேக். மூடியது செந்தில். இருநூறு ரூபாயில் முடிந்திருக்க வேண்டியது மூவாயிரம் தண்டமாயிற்று.

இனிமேல் நான் விவேக் வண்டியில் செல்லக் கூடாது என்று முடிவு செய்தேன். அது மட்டுமல்லாமல் எனக்கு திருவாரூர் என்றதும் அல்வா சாப்பிட்டது போல் ஆகி விட்டது. ஏனென்றால், கீழத் தஞ்சை மாவட்டம் பூராவும் இப்படித்தான் இருப்போம். எங்கள் மாவட்டத்தில் கடந்த நூறு ஆண்டில் ஒரே ஒரு புத்திசாலிதான் தோன்றினார். அவர் ஒரு கட்சியில் இருந்து ஐந்து முறை முதல்வராக இருந்தவர். அவரைத் தவிர எங்கள் மாவட்டத்தில் நான் ஒரு புத்திசாலியைக் கூடக் கண்டதில்லை. என்னையும் சேர்த்தே சொல்கிறேன்.

மறுநாளும் விவேக் முகக்கவசம் அணியாமல் ஐநூறு ரூபாய் அபராதம் கட்டினான். ப்ரியா சொன்னார். இன்னொரு முறை

விவேக் ஸ்கூட்டரில் செல்லும் போது ஹெல்மட் போடவில்லை. போலீஸைப் பார்த்ததும் ஹெல்மட்டை எடுத்து மாட்டும் போது வண்டி பக்கவாட்டில் சரிந்து நெளிந்து விட்டது. எப்படியும் வண்டியின் சொந்தக்காரர் ரெண்டாயிரம் மூவாயிரம் கேட்பார்.

நான் தங்கியிருந்தது ஒரு இடம். கொக்கரக்கோ தங்கியிருந்தது இரண்டு கிலோமீட்டர் தூரத்தில் இன்னொரு இடம். ஆனால் அவனது அறைக்கு வெளியே காம்பவுண்டு சுவர்க் கதவைத் திறந்தால் கடல்.

அந்தக் கடல் மணலில் அமர்ந்து இரவு முழுவதும் பேசிக் கொண்டிருக்கலாம். வலப்பக்கமும் இடப்பக்கமும் மேஜையின் மேல் மூடு விளக்குகள். இரவில் ரம்மியத்துக்குக் குறைவில்லை.

காம்பவுண்டு கதவின் சாவியைப் பணிப்பெண்ணிடம் இருந்து வாங்கித் திறந்து கொண்டு போய் கடல் மணலில் அமர்ந்து பேசிக்கொண்டிருந்து விட்டு, திரும்பும் போது பூட்டி விடலாம். காலையில் பணிப்பெண்ணிடம் சாவியைக் கொடுக்க வேண்டியது. இதுதான் முறை.

ஊருக்குத் திரும்ப இன்னும் இரண்டு தினங்கள் இருந்தன. ஒரே ஒரு நாள்தான் அந்தக் கடல் மணலில் அமர்ந்து பேசிக்கொண்டிருந்தோம். இரண்டு தினங்களிலும் அந்த இடத்தைப் பயன்படுத்திக் கொள்ள வேண்டும் என்பது என் ஆசை. முன்பே இது தெரியாமல் நான் தங்கியிருந்த வீட்டின் மொட்டை மாடியில் அமர்ந்து பேசி வீணடித்து விட்டோம். இன்னும் இரண்டு தினங்கள் இருந்த நிலையில் மாலையில் அந்தப் பக்கம் வந்த அந்த இடத்தின் முதலாளியிடம் விவேக் சாவி கேட்டிருக்கிறான். அவர் கடுப்பாக "அதெல்லாம் சாவி தர முடியாது. ஆறு மணிக்குப் பூட்டினால் மறுநாள் காலையில்தான் திறப்போம்" என்கிறார். முதலாளி எப்போதும் அங்கே இருப்பதில்லை. மாலை நேரத்தில் மட்டுமே மேற்பார்வைக்கு வருவார். உடனே திரும்பி விடுவார். நீங்களாக இருந்தால் என்ன செய்வீர்கள்? சரி என்று போய் விடுவீர்கள்தானே? நாங்கள் திருவாரூர்க்காரர்கள் அப்படிப் போக மாட்டோம்.

விவேக் அந்த முதலாளியிடம் கேட்கிறான். "ஏன் சாவி கொடுக்க மாட்டீர்கள்? நேற்று உங்கள் பணிப்பெண் கொடுத்தாரே?"

“அப்படியா செய்தாள்? இதோ அவளை வேலையை விட்டுத் தூக்கி விடுகிறேன்.” முதலாளி.

ங்கொய்யால. சாவுங்கடா. இதுதான் எங்கள் இனிய திருவாரூரின் வாழ்வியல் கோட்பாடு.

வேலையை விட்டுத் தூக்கவில்லை. ஆனால் செம டோஸ் விழுந்தது போல. மறுநாள் பணிப்பெண் எங்களைக் கொலை வெறி கண்களில் மின்ன முறைத்தாள். அப்போதும் விவேக் விடவில்லை. அவளிடம் போய் சாவி கேட்டான். ஏதோ கொங்கணியில் திட்டினாள். கன்னடம், தமிழ், இந்தி எல்லாம் கலந்த மொழி. திட்டினாள் என்று புரிந்தது. என்ன என்று புரியவில்லை.

ஆக, அந்த இரண்டு நாட்களும் கடலை வெறுமனே தூரத்தில் இருந்து பார்த்துக் கொண்டு சிமெண்ட் தரையில் அமர்ந்து பேசிக் கொண்டிருந்தோம். நான் இதேபோல் இன்னும் பல திருவாரூர் கதைகளைச் சொல்லிக் கொண்டிருந்தேன். அதில் முக்கியமான கதை: காவல் துறையில் மிக உயர்ந்த பதவியில் இருக்கும் ஒரு நண்பருடன் நாகப்பட்டினம் போயிருந்தபோது சாப்பாட்டுக் கேரியரிலிருந்து சாப்பாட்டையும் குழம்பு போன்ற ஐட்டங்களையும் எடுத்துப் போட ஒரு கான்ஸ்டபிளிடம் கரண்டி கேட்டார் டிஜிபி. பக்கத்து ஓட்டலில் கேட்டால் கொடுப்பார்கள். கேட்டபோது மதியம் மணி ஒன்று. அஞ்சு நிமிட வேலை. அரை மணி நேரம் காத்திருந்து விட்டு, கேரியரில் இருக்கும் ஸ்பூனைக் கொண்டே எடுத்துப் போட்டு சாப்பிட்டோம். எங்காவது விபத்தில் சிக்கியிருப்பார் என்றார் டிஜிபி. நல்ல காலம். அப்படி நடக்கவில்லை. கான்ஸ்டபிள் திரும்பி வந்த போது நேரம் இரண்டரை. வேர்த்து விறுவிறுத்து சீருடை தொப்பலாகி இருந்தது. பாப்பனச்சேரியில் (பால்பண்ணைச் சேரி) இருக்கும் அவர் வீட்டுக்குப் போயிருந்தாராம். கரண்டி எடுத்து வர. நாகப்பட்டினத்திலிருந்து பாப்பனச்சேரி நாலு கி.மீ. கீழத்தஞ்சை மாவட்டத்தின் தனித்த சிறப்பு இது. இந்த மாவட்டத்தைச் சேர்ந்தவர்கள்தான் இப்போது துபய் போன்ற நாடுகளில் சீரும் சிறப்புமாக வாழ்கிறார்கள்.

இப்படிப்பட்ட மகான்களை அழைத்துக் கொண்டு நான் அடுத்த பயணத்துக்குச் செல்ல முடியுமா? சீலே மாதிரி நாட்டுக்கு இவர்களோடு போனால் நிச்சயம் ஆயுள் தண்டனைதான் என்று

நினைக்கிறேன். அதனால் அடுத்த முறை கொக்கரக்கோவுடன் மட்டுமே கிளம்பலாம் என்று இருக்கிறேன். வேண்டுமானால் கோபால் வரலாம். ஆனால் எதைக் குறித்தும் ஐடியா, ஆலோசனை எதுவும் கொடுக்கக் கூடாது.

நவம்பர் 27, 2021

★★★

கோவா நாட்குறிப்புகள் – 2

நாளைக்குள் இப்போது நான் எழுதிக்கொண்டிருக்கும் நாவலின் ஐந்து அத்தியாயங்களை அனுப்ப வேண்டும். இன்னும் படித்துக்கொண்டுதான் இருக்கிறேன். எழுத ஆரம்பிக்கவில்லை. நேற்றுதான் நாவலுக்காகத் தேடிக்கொண்டிருந்த ஒரு புத்தகம் கிடைத்தது. இரவுக்குள் முடித்து விடலாம் என்று பார்த்தால் ஒன்பதரைக்கே உறக்கம் கண்களைச் சுழற்ற ஆரம்பித்து விட்டது. படுத்து விட்டேன். படுத்த உடனேயே எனக்குப் பிரக்ஞை போய் விடும். மரணம் மாதிரிதான். காலை நான்கு மணிக்குத்தான் உயிர்த்தெழுதல்.

இத்தனை கெடுபிடியான நிலையில் இதை ஏன் எழுத ஆரம்பித்தேன் என்றால், மனம் பூராவையும் வேறொரு எண்ணம் ஆக்ரமித்து விட்டது. அதை நான் எதிர்கொண்டு, பதில் சொல்லி, மனதிலிருந்து எடுத்துப் போட்டால்தான் மேற்கொண்டு நாவலில் உட்கார முடியும்.

கோவிந்தன்.. என்னை விட இருபது வயது சிறியவர். என் மீது தாயைப் போல் அன்பைப் பொழிபவர். என்னை ஆசான் என மதிப்பவர். இது ஒரு *oxymoron* நிலை. தாயுள்ளமும் இருக்கிறது, என்னையும் ஆசானாக நினைக்கிறார் என்றால் அது கண்ணி வெடி சூழ்ந்த நிலம் என்று பொருள். ஒன்று, ஆசானாக நினைக்கலாம். அல்லது, தாயாக இருக்கலாம். ரெண்டுமே சேர்ந்தால் அபாயம்.

அடிக்கடி முட்டிக் கொள்ள வேண்டியதுதான். எனக்கும் வைதேகிக்கும் ஏன் முட்டிக் கொள்வதே இல்லை என்றால், அவள் என்னை எல்கேஜி பொடியன் மாதிரியும் தன்னைத் தாய் மாதிரியும் மட்டுமே நினைப்பதால்தான். ஆசானாவது பூசானாவது போய்யா வேலையைப் பாத்துக்கிட்டு என்பாள்.

கோவிந்தன் என்னை ஆசானாகவும் மதித்து, தாயாகவும் நினைப்பவர். எனக்கு அறிவுரை சொல்லும் அளவுக்குத் தனக்கு அனுபவம் இருக்கிறது என்று நினைக்கிறார். லஹௌரில் இரண்டு சூஃபி ஞானிகள் அடங்கியிருக்கிறார்கள். ஒருவர், மியான் மீர். அவரது முரீத் (சீடர்), முல்லா ஷா. முல்லா ஷா மியான் மீரிடம் வந்த புதிதில் மியான் மீர் முல்லா ஷாவைக் கண்டு கொள்ளவே இல்லை. பேசவே இல்லை. ஒரு ஆண்டு சென்ற பிறகுதான் பேசவே ஆரம்பித்திருக்கிறார். முந்நூறு ஆண்டுகளுக்கு முந்தைய கதை இது. இப்போதும் அப்படித்தான் இருக்கிறது சினிமாத் துறையில். ஆனால் இலக்கியத்தில் மட்டும் ஏன் ஆசானுக்கு அறிவுரை வழங்குகிறீர்கள் மக்களே?

நான் ஒன்றும் சினிமாவில் உதவி இயக்குனர்கள் இருப்பது போல் இருங்கள் என்று சொல்லவில்லை. இன்னமும் இயக்குனர் தன் அலுவலகத்துக்குள் நுழைந்தால் பொதுவில் மற்றவர்கள் எதிரில் அவரது உதவிகள்தான் அவருக்குக் காலுறைகளை அவிழ்த்து விட்டுக் கொண்டிருக்கிறார்கள். சினிமாவுக்கு வெளியே இருப்பவர்களால் இதை நம்ப முடியாது. நான் நேரில் பார்த்தவன். எல்லா இயக்குனர்களும் அப்படி என்று சொல்ல மாட்டேன். ஆனால் ரொம்பப் பேர் அப்படித்தான். சில கனவான் இயக்குனர்கள் உண்டு. அவர்கள் உங்கள் கண்களைப் பார்க்க வேண்டும் என்றால், அவரது அலுவலகத்துக்கு வெளியே இரண்டு ஆண்டுகள் தினமும் நிற்க வேண்டும். தினமும் நாள் முழுக்க, கால் கடுக்க நின்றால், இரண்டு ஆண்டுகள் கழித்து அவர் உங்களை ஏறிட்டுப் பார்த்து மூணு மாசம் கழிச்சு வா என்பார். மூணு மாதம் கழித்துப் போனால் கடைக்கு அனுப்பி சிகரெட் வாங்கி வரச் சொல்லுவார். இத்தனைக்கும் இந்த உதவி அமெரிக்காவில் நல்ல வேலையை விட்டு விட்டு வந்திருப்பார். சினிமா ஆசை.

இலக்கியம் அப்படி அல்ல. நட்பாகவே பழகலாம். ஆனால் என்னோடு பழகும் சிலர் எனக்கே அறிவுரை சொல்ல ஆரம்பித்து விடுகின்றனர்.

இன்றைய எரிச்சலுக்குக் காரணம், கோவா நாட்குறிப்புகளில் நான் விவேக் பற்றியும் கோபால் பற்றியும் 'எதிர்மறையாக' எழுதியிருந்ததுதான். என் மீது அன்பு கூர்ந்து என்னை நெருங்கி வருபவர்களையெல்லாம் நான் இப்படி விமர்சனம் செய்து விரட்டி விட்டு விட்டால் அது எனக்குக் கெடுதி இல்லையா என்பது கோவிந்தனின் வாதம். "உங்களைப் பலரும் தந்தை ஸ்தானத்தில் பார்க்கிறார்கள்; நீங்கள் இனிமேலும் இருபத்தைந்து வயது பையன் இல்லை. அதனால் பார்த்து சூதனமாக நடந்து கொள்ளுங்கள்."

சுஜாதா போன்ற ஒரு பொழுதுபோக்கு எழுத்தாளரே ஒருபோதும் அவர் எழுத்திலும் சரி, வாழ்விலும் சரி முதுமை அடைந்ததில்லை. அப்படியிருக்க ஒரு கலைஞனாக வாழ்ந்து கொண்டிருக்கும் எனக்கா முதுமை வந்து விடும்? நடையில் வேகம் குறைந்து விட்டது, உணவின் அளவு குறைந்து விட்டது என்ற இரண்டு விஷயங்களைத் தவிர எனக்கும் இருபத்தைந்து வயது பையனுக்கும் எந்த வித்தியாசமும் இருப்பதாக எனக்குத் தெரியவில்லை. உடம்பின் உள்ளே உள்ள எந்திரங்கள் முதுமை அடைந்திருக்கும். அதில் சந்தேகமில்லை. ஆனால் ஆண்டுகள் செல்லச் செல்ல சிந்தனை கூர்மைதான் அடைந்து கொண்டிருக்கிறது.

என்னை இப்போது பலரும் அப்பா என்றே அழைக்கிறார்கள். அது எனக்குத் தெரியும். அதனால் அவர்களை நான் விமர்சிக்கக் கூடாது; விமர்சித்தால் அவர்களின் அன்பை இழக்க நேரிடும் என்றால் அது எனக்குப் பெரிதும் மகிழ்ச்சியை அளிக்கக் கூடிய விஷயம்தானே தவிர அதனால் இழப்பு ஏதுமில்லை எனக்கு.

நான் விமர்சனம் செய்தால் நான் தனிப்பட்ட முறையில் விமர்சனம் செய்ய மாட்டேன், பொதுவில்தான் எழுதுவேன் அதற்காக மன உளைச்சல் அடைபவர்கள் என்னோடு பழக முயற்சி செய்யக் கூடாது. நான் ஒன்றும் பொதுவில் போட்டு மானபங்கம் செய்வதில்லை. பொதுவான விமர்சனங்களையே முன்வைக்கிறேன்.

கோபாலைப் பற்றி எழுதியிருந்தேன் இல்லையா? கோபால் கோவித்துக் கொண்டு என்னை விட்டு விலகி விடுவாராம். கோவிந்தனின் வாதம்.

விவேக்கிடம் நேற்று பேசினேன். கோபித்துக் கொண்டாயா என்று கேட்டேன். பெரிதாகச் சிரித்தான். இதிலிருந்தெல்லாம்

கற்றுக்கொள்ள வேண்டியதுதானே, கோபப்பட என்ன இருக்கிறது என்றான். இப்படிப்பட்டவர்கள்தான் என்னோடு பழக முடியும்.

"கோபால் வெளியுறவுத் துறையில் பெரிய அதிகாரி. அவர் நட்பு ஒரு அரிதான விஷயம். அவரைப் போய் இப்படித் திட்டி எழுதியிருக்கிறீர்களே?" என்று தொடங்கிய கோவிந்தன் இன்னொரு நண்பரை அவர் பெயர் கிருஷ்ணசாமி என்று வைத்துக் கொள்வோம் உதாரணம் காட்டி அவரைப் பாருங்கள் என்றார். இதுதான் தஞ்சாவூர் வேலை என்பது. கோவிந்தன் கொங்கு மண்டலம். இருந்தாலும் தஞ்சாவூர்க்காரனான என்னோடு பழகிப் பழகி தஞ்சாவூர் புத்தி வந்து விட்டது போலும். கிருஷ்ணசாமி பாட்டுக்கு சிவனே என்று தெருவில் போய்க் கொண்டிருக்கிறார். அவரை ஏன் இப்படி இழுத்து அடி வாங்கிக் கொடுக்கிறீர், கோவிந்தன்?

கிருஷ்ணசாமி என் மதிப்புக்கும் மரியாதைக்கும் உரிய நண்பர். அவர் யாரையுமே விமர்சித்தோ திட்டியோ பேசியது இல்லை. அவரைப் போல் இருங்கள் என்கிறார் கோவிந்தன்.

கிருஷ்ணசாமியை நான் எனக்கு எதிர் உதாரணமாகக் கருதுகிறேன். ஒரு மனிதன் எப்படி வாழக் கூடாதோ அப்படி வாழ்வதாகக் காண்கிறேன். என் வாழ்வியலும் சரி, இலக்கியத்திலும் சரி, அவருக்கு நேர் எதிராகவே வாழ விரும்புகிறேன். கிருஷ்ணசாமியைப் போல் நான் ஒருநாள் வாழ்ந்தாலும் என்னை நீங்கள் மனநோய் விடுதியில்தான் சந்திக்க முடியும். முதல் காரியமாக என் உறக்கம் என்னை விட்டு விலகி விடும்.

என்னோடு பழகும் பலரும் என்னைப் புரிந்து கொள்ளவே இல்லை என்று நினைக்கிறேன். ரமண மகரிஷியிடம் சென்று நீங்கள் ஏன் சாமி நித்யானந்தா போல் வாழ மாட்டேன் என்கிறீர்கள் என்று கேட்டால் எப்படி இருக்கும்? அதேதான் இதுவும்.

நான் ஊரோடு ஒத்துப் போயிருந்தால் மகாநதிக்கு அடுத்த படத்தில் நான்தான் வசனம் எழுதியிருப்பேன். ஊரோடு ஒத்துப் போயிருந்தால் இருபத்தைந்து ஆண்டுகளுக்கு முன்பே பாராளுமன்ற உறுப்பினர் ஆகியிருப்பேன். நான் ஒதுங்கி வாழ்ந்தேன் என்று சொல்வதை விட என் மனசாட்சிக்கு உண்மையாக இருந்தேன். ஒதுங்கி வாழவில்லை. விமர்சித்தேன். சமூகத்தையும், அரசியலையும். ஊரோடு ஒத்துப் போயிருந்தால் நான் ஏன் ஐயா இருபத்தைந்து

வயதில் ஜேஜே சில குறிப்புகளைப் போட்டு அப்படிக் கிழி கிழி என்று கிழித்திருக்கப் போகிறேன்? அது ஒன்றுதானே இலக்கிய உலகில் எனக்கு வாழ்நாள் தடையை ஏற்படுத்திக் கொடுத்தது?

என் சகா ஒருத்தர் இன்று சாகித்ய அகாதமியின் செயலாளராக இருக்கிறார். நான் வாசகர்களிடம் காசு கேட்டுக் கொண்டு வாழ்கிறேன். காரணம் ஒன்றே ஒன்றுதான். நான் சமரசம் செய்து கொள்ள மறுக்கிறேன்.

கார்த்திக் பிச்சுமணி ஒரு சமயம் கொக்கரக்கோவிடம் சொன்னதாக கொக்கரக்கோ சொன்னான். ”பெருமாளை விமர்சிக்கலாம். புத்திமதி சொல்லலாம். ஆனால் அதற்கு நீங்கள் ஒரு சிறுதெய்வமாகவாவது இருக்க வேண்டும். ஏனென்றால், பெருமாள் கடவுள்.” இந்த வாசகத்தைத் தயவுசெய்து கட்டுடைத்துப் புரிந்து கொள்ளுங்கள். இங்கே ஒன்றும் ”வழிபாடு” நடத்தவில்லை. ”பெருமாளுக்கு அறிவுரை சொல்வதாக இருந்தால் அதற்கு உங்களைத் தகுதியாக்கிக் கொள்ளுங்கள்” என்பதுதான் கார்த்திக்கின் வாதம்.

நான் மியான் மீர் மாதிரியெல்லாம் இல்லை. மிகவும் எளிமையானவன். நீங்கள் லெவி ஸ்த்ராஸ், லூயி அல்தூஸ்ஸர், மிஷல் ஃபூக்கோ, ரொலான் பார்த், ஜாக் தெரிதா, ஜாக் லக்கான், ஜில் துலூஸ் *(Gilles Deleuze)* போன்ற தத்துவவாதிகளையோ இன்னும் நூற்றுக்கணக்கான தமிழ் எழுத்தாளர்களையோ படிக்க வேண்டும் என்று கூட நிபந்தனை விதிக்க மாட்டேன். என்னோடு பேசுவதற்கு ஒரே ஒரு விஷயம் போதும்: என்னைப் படியுங்கள். அது போதும். அதைக் கூட செய்யாமல் என்னிடம் வந்து அறிவுரை சொன்னால் எனக்குக் கோபம் வரும்.

கோவிந்தன் என் மீது அன்பு மிகக் கொண்டு இந்த அறிவுரைகளைச் சொன்னார். நல்லது. நான் சி.சு. செல்லப்பா, க.நா.சு., புதுமைப்பித்தன், நகுலன், கோபி கிருஷ்ணன், ந. சிதம்பர சுப்ரமணியன் ஆகியோர் பற்றி உரையாற்றியிருக்கிறேன். ஒவ்வொன்றும் மூன்றிலிருந்து நான்கு மணி நேரம். ந.சிதம்பர சுப்ரமணியன் பற்றி. இரண்டு மணி நேரம். கோபி எட்டு மணி நேரம். ஆக மொத்தம், முப்பது மணி நேரம் இருக்கும். இதில் நகுலன், கோபி, புதுமைப்பித்தன் ஆகிய மூவர் பற்றிய உரைகளையாவது கேட்காமல் எனக்கு அறிவுரை சொன்னால் என்னை நீங்கள் அவமதிக்கிறீர்கள் என்றே எடுத்துக் கொள்வேன்.

இந்த உரைகளைக் கேட்டால்தான் நான் யார் என்றே உங்களுக்குப் புரியும். இல்லாவிட்டால் உங்கள் அன்பு மழை என் மீது பொழிவதும், நான் பதிலுக்கு இப்படி எழுதுவதும் நிற்கவே போவதில்லை.

இன்னொரு நகைச்சுவையான விஷயம், ஏதாவது ஏடாகூடம் செய்தால்தான் காவியத்தில் இடம் பெறுகிறோம், விவேக் மாதிரி. எங்களோடு கோவாவுக்கு ராஜா வெங்கடேஷும், கார்த்திக்கும் கூடத்தான் வந்தார்கள். இருவருமே அதிகம் பேச மாட்டார்கள். எந்த ஏடாகூடமும் கிடையாது. அவர்களைப் பற்றி நான் எழுதவே இல்லை. இப்படித்தான் நடக்கிறது. என்ன செய்ய?

இனிமேல் அறிவுரை சொல்லாதீர்கள். அதிலும் எனக்கு அறிவுரை சொல்வது, அறிவுரைகளின் மத்தியிலேயே சுவாசித்துக் கொண்டிருக்கும் ஒருத்தனை மேலும் அறிவுரை வெள்ளத்தில் மூழ்கடித்து மூச்சு முட்டச் செய்து சாக அடிப்பதற்குச் சமம்.

நேற்று எனக்கு வீட்டில் கிடைத்த பத்து அறிவுரைகளில் சில:

மழையில் வாக்கிங் போகாதே. எல்லாம் மழைக் காலம் முடிந்து வாக்கிங் போய்க் கொள்ளலாம்.

ஊரில் கொரோனா போய் விட்டதென்று ரொம்ப ஆடாதே.

நவம்பர் 30, 2021

★★★

அவனா நீ?

குமரேசன் ஃபோன் செய்தார். "பதற்றம் கொள்ளாதீர்கள். இந்த விவேக் பிரச்சினையால் உங்கள் வேலை எதுவும் கெட்டு விடக் கூடாது" என்றார்.

பிஞ்ஜ் செயலியில் வெளிவந்து கொண்டிருக்கும் என் நாவலைப் படிப்பவர்களுக்குத் தெரியும். மாத ஆரம்பத்திலேயே பதினைந்து அத்தியாயங்களை அனுப்பி விடுவேன். பிறகு அந்த மாதம் பூராவும் படித்துக் கொண்டிருப்பேன். ஆனால் இன்று தேதி ஐந்து ஆகி விட்டது. ஒரே ஒரு அத்தியாயம்தான் அத்தியாயப் பட்டியலில் இருப்பதை நீங்கள் காண முடியும். அவ்வளவுதான். பதினைந்தில் இன்னும் ஒன்று கூட அனுப்பவில்லை. நாளைக்குள் இரண்டாவது அனுப்ப வேண்டும். விழா முடிந்ததும் ஆரம்பிக்கலாம் என்று நினைத்தேன். விவேக் பிரச்சினை குறுக்கிட்டு விட்டது. அதை முடித்து ஏறக்கட்டினால்தான் அடுத்ததற்குள் நுழைய முடியும்.

இம்மாதிரி கசங்கள் எல்லாம் என் உள்ளே போவதில்லை. பாதிப்பதில்லை. ஆனால் மனம் காலியாக இருக்க வேண்டும்.

எக்ஸ் பதிப்பகம் தொடங்கப்பட்ட ஆண்டு, புத்தக விழாவில் எக்ஸ் பதிப்பக அரங்கில் நான் அமர்ந்திருந்த போது ஒரு இளைஞன் வந்தான். அறிமுகப்படுத்திக் கொண்டு ஒன்றரை மணி நேரம் பேசினான். அதை கவனித்துக் கொண்டிருந்த கோவிந்தன் இன்று ஏதோ அந்தப் பையனுக்கு நேரம் சரியில்லை என்று நினைத்ததாக

பிறகு சொன்னார். பையன் முடிப்பதாகத் தெரியவில்லை. குறுக்கே புகுந்த நான், இனிமேல் நீங்கள் வாய் திறந்தால் நான் மிருகமாக மாறி விடுவேன் என்று ஆரம்பித்து ஏதோ சொன்னேன். பையன் போய் விட்டான். நேராக விஷ்ணுபுரம் வட்டத்துக்குத்தான் போகிறான் பையன் என்றார் கோவிந்தன். அவர்கள் சரி செய்து விடுவார்கள் என்றேன்.

மறுநாளும் வந்த பையன் மூன்று மணி நேரம் என்னோடு அமர்ந்திருந்தான். ஒரு வார்த்தை பேசவில்லை. அது நடிப்பு என்று இப்போது புரிகிறது. காரணம், சற்று முன்பு சமையல் அறையில் நான் பீன்ஸ் நறுக்கிக் கொண்டிருந்தபோது தோன்றியது, ஆ, அந்தப் பையன்தானே இப்போதைய விவேக் என்று! ஆம், அதே பையன்தான்.

பத்துப் பன்னிரண்டு ஆண்டுகளுக்கு முன் ஒரு இலக்கியக் கூட்டத்தில் முதலில் பேச வந்த ஒரு பெண்மணி ஒன்றேகால் மணி நேரம் பேசி எல்லோரையும் தாலியறுத்தார். அவர் சென்னைப் பல்கலைக்கழகத்தில் அப்போது ஆங்கிலத் துறைத் தலைவி. அவருடைய தயவு இல்லாமல் நீங்கள் ஆங்கில மொழிபெயர்ப்புப் பக்கமே போக முடியாது. அவ்வளவு பெரிய இடம். அவரைப் பகைத்துக் கொண்டால் ஜென்மத்துக்கும் ஆங்கில மொழிபெயர்ப்பு கிடையாது. அவர் பெயரைக் குறிப்பிட்டு என்னுடைய இணையதளத்தில் அவர் ஒரு சமூக விரோதி என்று எழுதினேன். என் மீது மான நஷ்ட வழக்கு கூடப் போட்டிருக்கலாம். அத்தனை கடுமையாக எழுதினேன். சிறை செல்லவும் தயாராக இருந்தேன். அன்றைய கூட்டமே அவரால் நாசமாகப் போனது.

எஸ்.என். நாகராசனும் ஊட்டி மார்க்ஸிஸ்டும் இப்படித்தான் செய்வார்கள். நான் ஏன் இந்த விஷயத்துக்கு இப்படிக் கொதிக்கிறேன் என்றால் இதுதான் ஐயா ஃபாஸிஸத்தின் அடிப்படையே. இவர்கள்தான் ஹிட்லர்கள். நான் பேசுவதை நீ கேள் என்கிறார்கள். "எனக்குத் தெரியும், நான் சொல்கிறேன், கேள்" என்கிறார்கள். இவர்கள்தான் ஃபாஸிஸ்டுகள். என்னைப் பொருத்தவரை அடுத்தவரைப் பேச விடாமல் தானே பேசிக் கொண்டிருப்பவன் ஒரு சமூக விரோதி. அவன் ஒரு ஃபாஸிஸ்ட். பின்நவீனத்துவ சிந்தனைக்கு எதிரானவன். அவனிடம் இருப்பது அஹங்காரம் மட்டுமே. இவர்களைப் போன்றவர்களின் சிந்தனைப்

போக்கை எதிர்த்துத்தான் நான் நாற்பது ஆண்டுகளாக எழுதிக் கொண்டிருக்கிறேன்.

தியாகராஜருக்கு சற்று முன்னே வாழ்ந்த ஒரு ஞானி. சதாசிவ பிரம்மேந்திரர். சின்ன வயதில் பேசிக் கொண்டே இருப்பார். அவருடைய குரு ஒருமுறை கண்டித்ததால் அவர் அதற்குப் பிறகு பேசவே இல்லை. வாழ்நாள் முழுவதும் பேசாமலேயே இருந்தார்.

எஸ்.என். நாகநாசனும் ஊட்டி மார்க்ஸிஸ்டும் தன்னிடம் வரும் தோழர்களைக் கொத்தடிமை போல் நடத்தினார்கள். நான் நேரில் பார்த்து அனுபவித்தது. என்னுடைய முதல் நாவலில் நான் எழுதியிருக்கும் பாலா என்பவர் அந்த ஊட்டி மார்க்ஸிஸ்ட்தான். ஃபாஸிஸ மனோபாவம் ரத்தத்திலேயே இருப்பவர்கள்தான் இப்படிப் பேசுவார்கள். நான் பேசுகிறேன் நீ கேள் என்பவன் எப்படிப் பின்நவீனத்துவவாதியாகவோ என் வாசகனாகவோ இருக்க முடியும்? கல்யாணிக்கு எழுபத்தைந்து வயது. உனக்கு இருபத்தைந்து. யார் பேச யார் கேட்க வேண்டும்? விவேல் செய்தது பிழை அல்ல. குற்றம். இருநூற்றைம்பது பேரை ஒருசேர *assf★★k* செய்ததற்குச் சமம்.

இந்த விவகாரம் பற்றி ஏராளமாக எழுதியிருக்கிறேன். எல்லாவற்றையும் படித்து விட்டு ஒருவன் இப்படிச் செய்கிறான் என்றால் தடித்தனமும் ஃபாஸிஸமும் அவன் ரத்தத்தில் எவ்வளவு ஊறியிருக்க வேண்டும்?

Death of the Author பற்றி எத்தனை நூறு பக்கங்கள் எழுதியிருக்கிறேன்? ஆசிரியனின் மரணம் என்றால் என்ன? பழைய சிந்தனை முறையில் ‘நான் சொல்கிறேன், நீ கேள்’ என்கிறான் ஆசிரியன். அங்கே வாசகனுக்கு வேலையே இல்லை. என் கற்பனைக்கு அங்கே இடமே இல்லை. ஆசிரியனே எனக்காகவும் சேர்த்து சிந்தித்து விட்டான். நான் அங்கே வெறும் ஒரு நுகர்வோன் மட்டுமே. எனக்கு மூளை இல்லை. சிந்திக்கத் தெரியாது. நான் ஒரு நுகர்வோன். இதைத்தான் மதவாதியும் செய்கிறான். நான் உனக்காக சிந்திக்கிறேன். உன் விடுதலை என் கையில். என்னைப் பின்பற்று. உன் கடவுளையும் நான் கண்டு பிடித்து விட்டேன். கடவுளைக் கண்டு கொள்ள இதெல்லாம் வழிமுறைகள். எல்லா நிறுவனங்களும் இதுதான். குடும்பம் (தலைவர் அல்லது தலைவி), சிறை, மருத்துவமனை, கல்விக் கூடம் என்று எல்லா நிறுவனங்களிலும் இந்தத் தலைமை

இருக்கும். இதுதான் நமக்காக சிந்திக்கும். எதிர்த்தரப்பை இது சலனமின்றியும் இயக்கமின்றியும் வைத்திருக்கிறது.

பின்நவீனத்துவம் இதை மாற்றுகிறது. நானும் நீங்களும் சேர்ந்து சிந்திப்போம் என்கிறது. நான் ஒரு பிரதியை உருவாக்கிக் கொடுத்து விட்டேன். நீங்கள் அதை வாசிப்புக்கு உட்படுத்துவதன் மூலம் உங்களுக்கான பிரதியை இதிலிருந்தே உருவாக்குங்கள். இதுதான் எழுத்தாளனின் மரணம் என்பதன் பொருள்.

மற்றவனின் நேரத்தை அபகரிப்பதும், நான் பேசுகிறேன் நீ கேள் என்பதும்தான் பின்நவீனத்துவ சிந்தனையா?

ஃபாஸிஸத்தின் இந்தக் கூறுதான் ஒருவனை மணிக்கணக்கில் பேச வைக்கிறது. அதிலும் மற்றவர்கள் சொல்லியும் கேட்காமல் பேசுவது என்பது ஃபாஸிஸத்தின் உச்சம். நீ வாசகர் வட்டத்தைச் சேர்ந்தவன் என்பதால் இதோடு விடுகிறேன். இல்லாவிட்டால் அந்த ஆங்கிலத் துறைப் பேராசிரியருக்குக் கொடுத்தது போல் கொடுத்திருப்பேன்.

உன்னை உன் பெற்றோர் சரியாக வளர்க்கவில்லை. நீதான் இளைய தலைமுறையின் உதாரணம் என்றால், நம் சமூகம் விளங்கவே விளங்காது. ஆனால் நான் பார்க்கும் பெரும்பாலான இளைஞர்கள் உன்னைப் போல்தான் இருக்கிறார்கள். அல்லது, எதுவுமே தெரியாத மரண மொக்கைகளாக இருக்கிறார்கள். உங்களைச் சொல்லிக் குற்றமில்லை. உங்கள் பெற்றோரைச் சொல்ல வேண்டும். ஆனால் பார் விவேக், என் பெற்றோர் என்னிடம் இதைச் செய், இதைச் செய்யாதே என்று சொன்னதே இல்லை.

கடைசியாக இன்னொன்றும் சொல்கிறேன். தெ லாஸ்ட் எம்பெரர் என்ற படத்தில் ஒரு காட்சி. கம்யூனிஸ்டுகள் ஆட்சிக்கு வந்து அந்நாட்டின் கடைசிப் பேரரசனை சிறையில் போட்டு விடுவார்கள். அது ஒரு பயிற்சி மாதிரி. பேரரசனாக இல்லாமல் சராசரி மனிதனாக வாழும் பயிற்சி. அவன் மூத்திரம் போகும் சத்தத்தில் எங்கள் உறக்கம் கெடுகிறது என்கிறார்கள் சக கைதிகள். சிறை அதிகாரி அவனை அழைப்பார். டேய் இன்னமும் நீ பேரரசன் கிடையாது. யாருக்கும் தொந்தரவு இல்லாமல் மூத்திரம் போக வேண்டும், தெரியுமா என்பான். ஸிப்பை அவிழ்த்து யாருக்கும் தொந்தரவு இல்லாமல் சத்தம் கேட்காமல் மூத்திரம் பெய்தும் காண்பிப்பான்.

அது ஒரு அலுமினிய சட்டி. அதன் நடுவில் அடித்தால் எருமை மூத்திரம் அடிப்பது போல் சத்தம் கேட்கும். அதிகாரி, மூத்திரத்தை பாத்திரத்தின் சுவர் ஓரங்களில் அடிப்பான். சத்தமே கேட்காது.

இதிலிருந்து நீ ஆரம்பிக்க வேண்டும் விவேக்

டிசம்பர் 5, 2021...

★★★

வாழ்விலே ஒரு முறை

நான் மனிதர்களை விரும்புவதில்லை. குறிப்பாக இந்தியர்களின் பழக்க வழக்கங்கள் எனக்கு மிகுந்த எரிச்சலைத் தருகின்றன. இந்தியர்கள் ஒன்றும் நரகத்திலிருந்து வரவில்லைதான். ஆனால் இவர்கள் இவர்களின் பெற்றோரினால் இப்படித்தான் வளர்க்கப்பட்டிருக்கிறார்கள். எங்கள் வீட்டுக்கு மேல் வீட்டில் குடியிருப்பவர்கள் பெரும் கோடீஸ்வரர்கள். ஆனால் மேல் வீட்டிலிருந்து எங்கள் பால்கனியில் சகலமும் வந்து விழுகிறது. வாழைப்பழத் தோல், சாக்லெட் காகிதங்கள், கோழி மற்றும் ஆட்டு எலும்புத் துண்டு, தரை பெருக்கும் துடைப்பானிலிருந்து விழும் அழுக்குத் தண்ணீர், இப்படி ஏராளம். குழந்தைகளிலிருந்து முதியோர் வரை இப்படித்தான் வாழ்கிறார்கள், இப்படித்தான் அவர்கள் பழக்கப்பட்டிருக்கிறார்கள்.

அதனால்தான் என் நண்பர்களுக்குப் பயிற்சி அளிக்கிறேன். அப்படிப்பட்ட நண்பர் வட்டத்திலிருந்து ஒரு முக்கியமான ஆள் வந்து ஒரு ஒட்டு மொத்த விழாவையே காலி பண்ணுகிறான் என்றால் அது பற்றி நான் அதிகம் யோசிக்கிறேன். யாருக்குமே நான் சொல்வதன் வீரியம் புரியவில்லையோ என சந்தேகப்படுகிறேன். நண்பர்கள் ஃபோன் செய்து ”இந்த விஷயத்தை இதோடு விட்டு விடுங்கள், வேலையைப் பாருங்கள், உங்கள் வேலையை இந்தச்

சின்ன விஷயம் கெடுத்து விடக் கூடாது" என்று கவலையுடன் சொல்லும் போது என் கவலை அதிகமாகிறது. என் வேலையே இதுதானே? அடுத்த மனிதனின் தோளை உடைத்து விட்டு ஒரு ஸாரி கூட சொல்லாமல் போகும் மனித மனோபாவம் பற்றித்தானே தொடர்ந்து எழுதிக் கொண்டிருக்கிறேன்? அம்மாதிரி காரியத்தை என் வீட்டிலிருந்தே ஒருத்தன் செய்கிறான் என்றால் அதுவும் பல முறை கண்டித்த பிறகும் தொடர்ந்து செய்கிறான் என்றால், அது கவலைக்குரிய விஷயம்தானே? கண்டிப்பதைப் பற்றியும் கவலைப்படவில்லை என்றால் ஒன்று, அது தடித்தனம் அல்லது அகங்காரம். இதுதான் என்னுடைய இத்தனை ஆண்டுக் கால பிரச்சினையே.

மற்றவர்களுக்காக ஒருவன் சிந்திக்கிறான்; மற்றவர்களின் உணவை, கலாச்சாரத்தை, மதத்தை, கடவுளை, ஏன் கற்பனையைக் கூட மற்றவன் உருவாக்குகிறான். அப்படிப்பட்டவர்கள்தான் ஃபாஸிஸ்டுகள் என்கிறேன்.

எனக்கு ஏன் மனித இனத்தைப் பிடிக்கவில்லை, அதிலும் குறிப்பாக இந்தியர்களைப் பிடிக்கவில்லை என்றால், மற்றவர்களைத் துன்புறுத்துவதை அவர்கள் ஒரு கலையாகப் பயின்று செய்து கொண்டிருக்கிறார்கள். வரிசையில் நிற்காமல் குறுக்கே புகுந்து நிற்கிறான். அது பற்றிக் கொஞ்சமும் அவனுக்கு வெட்கம் இல்லை. இன்னொருத்தர் பொருளை அபகரிப்பதிலும் வெட்கம் இல்லை. கோடீஸ்வரன் கூட இதில் விதிவிலக்கு இல்லை. கீழே ஒரு கைபேசி கிடந்தால் அவன் பாட்டுக்கு சுவாதீனமாக எடுத்து ஜேபியில் போட்டுக் கொள்கிறான்.

சரி, இன்னொரு உதாரணம் சொல்கிறேன். ஹைதராபாதில் கொக்கரக்கோவின் வீட்டில் என் மொழிபெயர்ப்பாளர் வந்தார். அவரோடு பேச வேண்டியிருந்தது. மொழிபெயர்ப்பாளர் என்பவர் ஒரு எழுத்தாளனுக்குக் கடவுள் மாதிரி. அவர் செய்த ஒரு வேலையால் அவரை என் வாழ்விலிருந்தே ஒதுக்கி வைத்து விட்டேன். இப்படி நீங்கள் ஒவ்வொருத்தரையாக ஒதுக்கிக் கொண்டே போனால் தனிமைப்பட்டுப் போவீர்கள் என்கிறார் புவனேஸ்வரி. மயிரே போச்சு என்றேன்.

மொழிபெயர்ப்பாளர் பெயர் புனித் என்று வைத்துக் கொள்வோம். புனித் ஒரு செயின் ஸ்மோக்கர். எனக்கு செய்ன்

ஸ்மோக்கர்களை ரொம்பவும் பிடிக்கும். காரணம், நான் ஒரு பயந்தாங்கொள்ளி. சாகசமே கொஞ்சம் கூட பிடிக்காது. பயமே காரணம். அப்படிப்பட்ட எனக்கு, ஒருத்தன் மரணத்தோடேயே விளையாடுகிறான், சாகசம் புரிகிறான் என்றால் பிடிக்குமா பிடிக்காதா? ஆனாலும் புனித்தை ஏன் ஒதுக்கி விட்டேன் என்றால், சிகரெட்டைக் குடித்துக் குடித்து கொக்கரக்கோ வீட்டுத் தரையில் வைத்து நசுக்கி நசுக்கிப் போட்டார். நாங்கள் அனைவரும் தரையில் அமர்ந்திருந்தோம். சாம்பலையும் தரையிலேயே தட்டினார். தரை பூராவும் சிகரெட் சாம்பல் மற்றும் நசுக்கப்பட்ட சிகரெட் துண்டுகள். அதோடு கரித் தீற்றல்கள். ஒரு பணியாளர் டீமையே வைத்தால்தான் தரையைச் சுத்தம் செய்ய முடியும் போல் இருந்தது. இத்தனைக்கும் சாம்பல் கிண்ணமும் வைக்கப்பட்டாயிற்று. அவர் அந்த சாம்பல் கிண்ணத்தைச் சுற்றித்தான் சிகரெட்டுகளை நசுக்கிக் கொண்டிருந்தார். கலைஞனாம். கலைஞர்கள் இப்படித்தான் இருப்பார்களாம்.

அதோடு முடிந்தது அவர் நட்பு. இன்னொரு நண்பர். இப்போது அவர் பெரிய புள்ளி. செய்ன் ஸ்மோக்கர். இப்படித்தான் சிகரெட்டைத் தரையில் வைத்து வைத்துத் தேய்ப்பார். அவருடைய எண்பது வயதான தாயார்தான் அடிக்கடி வந்து அந்தத் தீய்ந்த சிகரெட் துண்டுகளை எடுத்துப் போட்டு, தரையை சுத்தம் செய்வார். எனக்கு ரத்தக் கண்ணீர் வரும். இத்தனைக்கும் அது அவர் வீடு. அவர் பெரிய மார்க்ஸிஸ்ட். கம்யூனிஸ்ட். பெரியாரிஸ்ட். ஜாதியில் அய்யங்கார். அவரையும் என் வாழ்விலிருந்து ஒதுக்கி விட்டேன்.

இதையெல்லாம் விட அக்கிரமம் விவேக் செய்தது. எக்ஸ் பதிப்பக விழாவை அவன் ஒருத்தனாக நின்று காலி செய்தது மட்டும்தான் உங்களுக்குத் தெரியும். கோவா கதையைத் தனியாக எழுதியிருக்கிறேன். முதல் நாள்தான் முகத்திரை அணியாமல், ஹெல்மட் போடாமல் மூவாயிரம் ரூபாய் அபராதம் கட்டினார்கள். மறுநாளும் ஹெல்மட் போடாமல், போலீஸைப் பார்த்து விட்டு வண்டியை ஓட்டிக் கொண்டே ஹெல்மட்டை எடுத்து மாட்ட, வண்டி சரிந்து காலில் அடி, வண்டிக்கும் அடி என்றால் உடம்பில் எத்தனை பெரிய தடித்தனம் வேண்டும்? இத்தனைக்கும் நான் பலமுறை விவேக்கின் வண்டியில் ஏறியிருக்கிறேன்.

நேற்று காலை கோவிந்தன் ஃபோன் செய்து "என்ன இருந்தாலும் நீங்கள் விவேக்கின் பெற்றோர் பற்றி எழுதியது தவறுதான்" என்று டார்ச்சர் கொடுத்தார். கோவிந்தன் பெயரை இனிமேல் டார்ச்சர் கோவிந்தன் என்று மாற்றி விட்டேன். ஏனய்யா, நான்தான் இந்தியப் பெற்றோர் பண்ணும் அக்க்குறும்புகள் பற்றித் தொடர்ந்து எழுதிக் கொண்டிருக்கிறேனே? கோவிந்தனுக்குக் கோவம் வரக் காரணம், அவருக்கு ஒரு பெண்ணும் பையனும் இருக்கிறார்கள். தடிமாட்டுக்கு வயது இருபத்தைந்து. பசுவின் வயது இருபது. ஏன் இப்படி எழுதுகிறேன் என்றால், ரெண்டு தடிமாடும் இன்னமும் கோவிந்தனிடம்தான் சோறு ஊட்டிக் கொள்கின்றன. கோவிந்தன்தான் ரெண்டுக்கும் ஜட்டி துவைத்து கொடுக்கிறார். அது கூடப் பரவாயில்லை. துவைத்த ஜட்டியைக் காயப் போடுவதும் கோவிந்துதான். காய்ந்ததை எடுத்து மடித்து வைப்பதும் நம் கோவிந்தனே. "நீர் நெஞ்சில் ஈரம் இல்லாதவர், அதனால்தான் இப்படிப் பச்சிளம் பாலகர்களைப் பற்றிப் பழித்துப் பேசுகிறீர்" என்று என்னை வேறு திட்டுகிறார் கோவிந்து. இப்படியாக வளர்த்து சமூகத்தில் விடுகிறார்கள் பெற்றோர் என்ற ஜந்துக்கள். அப்படி விட்டதால்தான் முந்நூறு பேரை வைத்து 'செய்ய' ஒரு இருபத்தைந்து வயதுப் பொடியனுக்கு மனசு வருகிறது.

"'இன்னும் ரெண்டு நிமிடம்' என்று எனக்குத் துண்டு சீட்டு அனுப்பத் தெரிகிறது. அவனை ஒன்றும் சொல்ல முடியவில்லையா?" என்று கோவிந்தனிடம் கேட்டேன். அவனுக்குப் பின்னாலேயே நின்று பேனாவால் எல்லாம் அவன் முதுகைக் குத்தினேன் என்றார். அவன்தான் அசரவில்லையாம். திரும்பி வேறு பார்த்து, "இன்னும் ரெண்டு நிமிடத்தில் முடித்து விடுவேன்" என்று வேறு சொல்லி விட்டு அதற்குப் பிறகு பத்து நிமிடம் போட்டிருக்கிறான்.

இதற்காகத்தான் நான் எந்த இலக்கியக் கூட்டத்துக்கும் போவதில்லை. இப்படி யாராவது ஒருவர் வந்து தாலியறுத்து விடுகிறார்கள். தொடர்ந்து நடக்கிறது. செல்லப்பாவை நான் எந்த அளவுக்கு மதிக்கிறேன் என்று உங்களுக்குத் தெரியும். அது வேறு. லௌகீக நடைமுறை வேறு. பல ஆண்டுகளுக்கு முன்னால். திருவல்லிக்கேணி பாரதி இல்லத்தில் அழகிய சிங்கர் நடத்தும் விருட்சம் கூட்டம். செல்லப்பா அவர் எழுதி இன்னும் அப்போது பிரசுரம் ஆகியிருக்காத சுதந்திர தாகம் நாவலிலிருந்து சில பக்கங்களைப் படித்துக் காண்பிக்கிறார். வயதாகி விட்டதால்

அவர் படிப்பது அவ்வளவும் ழூழா ழூழாஆஆ ழெழேழே ழொழோ ழூழோ என்றே கேட்கிறது. ஐந்து நிமிடம் ஆனது. எழுந்து நின்று குறுக்கே புகுந்து, யாருக்காவது புரிகிறதா என்று கத்தினேன். யாரும் பதில் சொல்லவில்லை. "மிஸ்டர் செல்லப்பா, இதை யாரையாவது விட்டுப் படிக்கச் சொல்லுங்கள்" என்றேன். (அப்போதெல்லாம் சார் என்ற வார்த்தை இலக்கிய வட்டத்தில் புழங்குவதில்லை). முடியாது, நானேதான் படிப்பேன் என்றார் ஃபாஸிஸ்ட்.

அப்படியானால் நான் மேஜையைத் தட்டுவேன் என்றேன். தட்டிக்கோ என்றார். மீண்டும் ழூழாழா ழொழோழோ கதைதான். நான் டமால் டமால் என்று மேஜையைத் தட்டிக் கொண்டே இருந்தேன். ஐந்து நிமிடம் கழித்து கை விரல்கள் சிவந்து ரத்தம் கட்டி விட்டதால் நான் கூட்டத்திலிருந்து வெளிநடப்பு செய்து விட்டேன்.

அங்கே நடந்தது ஒரு ஈமச் சடங்கைப் போல் இருந்தது. யாருக்குமே புரியாமல் ஒரு புத்தக வாசிப்பு.

அதையெல்லாம் மிஞ்சி விட்டான் விவேக். ஏனென்றால், அவன் செய்த லந்து காரணமாக, நிகழ்ச்சியின் இரண்டாம் பகுதியான பரிசளிப்பு விழாவே சரியாக நடத்த முடியவில்லை. பரிசளிப்பு விழா நடந்த போது எல்லோரும் சாப்பிடப் போய் விட்டோம்.

ஏன் கொதிக்கிறேன் என்றால், என் வயது இந்த மாதத்தோடு அறுபத்தெட்டு முடிகிறது. இனிமேல் என் ஆசிரியர் பற்றிப் பேச எனக்கு சந்தர்ப்பம் வராது. எண்பதுகளின் மத்தியில் அவரை நான் பார்த்தது. இந்த நாற்பது ஆண்டுகளில் அவரைப் பற்றிப் பேச இதுதான் முதல் வாய்ப்பு. கடைசி வாய்ப்பும் இதுவே. அதை வந்து பறித்துக் கொண்டான் படுபாவி விவேக். இனிமேல் ஜென்மத்துக்கும் நான் என் ஆசிரியர் பற்றிப் பேச முடியுமா? அவருக்குமே இதுதான் முதல் தடவையாகக் கிடைத்த முதல் மரியாதை. என் ஆசிரியர் என நான் நினைக்கும் ஒருத்தரைப் பற்றி நான் என் அனுபவங்களை உங்களுக்குச் சொல்வதை இந்தப் பையன் தட்டிப் பறித்து விட்டான். அதிலும் இரண்டு ஆண்டுகளாக நான் எந்த இலக்கியக் கூட்டத்திலும் பேசியிருக்கவில்லை.

என்னுடைய ஆல்மாமேட்டர் என்று சொல்லத்தக்க நிறப்பிரிகை என்ற பத்திரிகை வந்து கொண்டிருந்த போது விவேக்கின் பெற்றோரே பள்ளிக்கூட மாணவர்களாக இருந்திருப்பார்கள்.

விவேக் வயது இப்போது இருபத்தைந்து. இவன் வந்து என் வாழ்விலே ஒருமுறை கிடைத்த வாய்ப்பைத் தட்டிப் பறித்து விட்டான்.

இப்போது புரிகிறதா என் கோபத்துக்கான காரணம்?

மேலும், நிறப்பிரிகை கூட்டங்கள் இரண்டு தினங்கள் இரவு பகலாக நடக்கும். பகல் முழுதும் கருத்தரங்கம். கட்டுரை வாசிப்பு, விவாதங்கள். இரவிலும் விவாதங்கள். பகலில் மாட்டுக்கறி விருந்து உண்டு என்று அழைப்பிதழிலேயே போடுவார்கள்.

இது பற்றி இன்று யாருக்குத் தெரியும் சொல்லுங்கள்? இது பற்றித்தான் நான் பேசுவதாக இருந்தேன். எங்களுக்கு வேண்டாம், தமிழர்களாகிய எங்களுக்கு சரித்திரம் வேப்பங்காய் என்று சீட்டுக் கொடுத்து விட்டார் கோவிந்தன். நானாக இருந்தாலும் சீட்டுதான் கொடுத்திருப்பேன். வேறு வழியில்லை. விவேக்தான் பத்து நிமிடம் பேச வேண்டியவன் நாற்பது நிமிடம் பேசி எங்கள் நேரத்தைத் திருடி விட்டானே?

நிறப்பிரிகையில் ஏன் மாட்டுக் கறி விருந்து போட்டார்கள்? ஏனென்றால், மாமிசம் உண்பவன் மனிதர்களில் மட்டமானவன் என்று புனித நூலாகக் கருதப்படும் கீதையில் இருக்கிறது. கீதையை அக்கு வேறு ஆணி வேறாகப் படித்தவன் நான். பலருடைய உரையையும் படித்திருக்கிறேன். சம்ஸ்கிருதமும் படிக்கத் தெரியும். மூலத்தையும் படித்த பிறகே சொல்கிறேன். அதனாலேதான் நிறப்பிரிகை கூட்டத்தில் மாட்டுக் கறி விருந்து போட்டார்கள்.

(அப்படிப் போட்ட எங்கெல்ஸுக்கு இன்று தயிர் சாதமும் மோர் மிளகாயும் கொடுத்து விருந்து என்றால் அது ஒரு நகைமுரண் இல்லையா? இன்னும் ஐந்தாயிரம் ஆண்டுகள் போனாலும் நாங்கள் உருப்படவே மாட்டோம் என்று விளிம்பு நிலை மனிதர்களாகிய "நாம்" சரித்திரத்தின் முன்னே செய்தி பகர்கிறோம்.)

டிசம்பர் 7, 2021

★★★

நஷ்டம் எனக்குத்தான்...

விவேக் போன்றவர்களைப் பற்றி விமர்சித்து எழுதுவதால் விவேக்குக்கு மனக்கஷ்டம் என்பது போக, இதனால் பெரிதும் பாதிக்கப்படுவது நான்தான். உதாரணமாக, ஒரு கோடீஸ்வரருக்கு என் எழுத்து பிடிக்கிறது, சந்திக்க நினைக்கிறார் என்று வைத்துக் கொள்ளுங்கள். உடனே விவேக் பற்றிய கட்டுரைதான் அவருக்கு முன்னே காண்பிக்கப் படும். அதைப் படித்த பிறகு மனிதர் என் பக்கம் திரும்பிப் பார்ப்பாரா? அதனால்தான் சொல்கிறேன், என் நண்பர்கள்தான் எனக்குப் பெரும் பிரச்சினையாக இருக்கிறார்கள் என்று. எழுதாமல் இரேன் என்றால் முடியாது. மீனைத் தூக்கித் தரையில் போட முடியுமா? எப்போது நான் விவேக் பற்றி எழுதாமல் இருப்பேன் தெரியுமா? அவன் என் வாழ்விலேயே இல்லை என்றால் எழுத மாட்டேன். இதோ இத்தோடு இனி அவனைப் பற்றி எழுதப் போவதில்லை.

இதற்கிடையில் என் நீண்ட காலத் தோழி ஒருவர் இப்படி வாட்ஸப் மெஸேஜ் அனுப்பினார். அவர் சொல்வதும் உண்மைதான். அதனால் அதை உங்களிடம் பகிர்கிறேன்.

"இம்மாதிரி நண்டு சிண்டுவையெல்லாம் நீங்கள் ஏன் தூக்கி விடுகிறீர்கள்? அதற்கு அவர்கள் தகுதியானவர்கள் அல்ல. மற்றவர்களுக்கான உங்கள் சேவையை நிறுத்துங்கள். உங்கள் மதிப்பு அவர்களுக்குத் தெரியவில்லை. அவர்களால் உங்கள் பெயர்தான் கெட்டுப் போகிறது. நீங்கள் ரொம்பவும் சிநேகமாக

இருப்பதும் வெகு சுலபத்தில் நெருங்கி விடக் கூடியவராகவும் இருப்பதால்தான் இப்படி ஆகிறது.

புதையல் என்பது எளிதில் நெருங்கக் கூடியதாக இருக்கக் கூடாது. அப்படி இருந்தால்தான் அதன் மதிப்பு தெரியும். இனிமேலாவது உங்களுக்குத் தெரிய வேண்டும், நீங்கள் விலை மதிப்பில்லாத புதையல் என்று. எனவே இனிமேலாவது சராசரி மனிதர்களைப் போல் இந்த மூடர்களிடையே பழகாதீர்கள்.

நான் ஏதாவது தவறாக எழுதியிருந்தால் மன்னியுங்கள். நான் சொல்வது உங்களுக்குப் புரியும் என்று நினைக்கிறேன்."

டிசம்பர் 7, 2021

★★★

காஃபிக்கு எப்படி ஆர்டர் கொடுப்பது?

என்ன நடந்திருக்கிறது என்றால், எக்ஸ் பதிப்பக விழா முடிந்ததும் எங்கள் ஜமா அப்படியே கிளம்பி ஏற்காடு போய் விட்டது. நானோ தொடர்ந்து விவேக்கைத் திட்டித் திட்டி ஒவ்வொரு நாளாக எழுதிக்கொண்டிருக்கிறேன். ஒவ்வொன்றையும் படித்து விட்டு ஏற்காட்டில் ஒவ்வொருத்தரும் விவேக்கைப் பிடித்து இன்னும் சாத்தியிருக்கிறார்கள். சுரேஷ் சாத்தியதுதான் வேடிக்கை. *ஏன்டா, நான்தான் ரொம்பத் தெளிவாச் சொன்னேனேடா, அஞ்சு நிமிஷத்துக்கு மேல பேசாதேன்னு? அப்படியும் ஏன்டா கேட்கலை?*

சரி விடுங்கள். அதற்கே மறுபடியும் போக வேண்டாம். ஏற்காட்டிலிருந்து கீழே இறங்கியதும் வாசலில் ஒரு காஃபி ஷாப் இருக்கிறது.. அங்கே காஃபி மற்றும் அது போன்ற பானங்கள் பிரமாதமாக இருக்கும். அங்கே காஃபி குடிக்கப் போயிருக்கிறது ஜமா.

எங்கள் வட்டத்தில் எல்லோரும் சமம். வேலை செய்வதில். எனக்கு மட்டும் கொஞ்சம் சலுகை உண்டு. வயது காரணமாக. ஆனாலும் நாங்கள் அதெல்லாம் எதுவும் தெரியாதது போல் கொக்கரக்கோவை மட்டுமே வேலை வாங்குவோம். அவர் மதியம்தான் உறக்கத்திலிருந்து எழுவார் என்பதால் எங்கள் வட்டத்திலேயே உள்ள அமைதிப் பூங்காவான கார்த்திக்கை

வாங்குவோம். பலரும் இருந்த இடத்தை விட்டு நகர மாட்டார்கள். கார்த்திக்கும் வாய் திறவாமல் எல்லா வேலையும் செய்வார். எங்களுக்கும் அப்படிப்பட்ட ஆள்தானே வேண்டும்? அப்படித்தானே எங்கள் அம்மா எங்களை வளர்த்திருக்கிறார்கள்?

காஃபி ஷாப்பில் எல்லோருக்கும் நாலு பேர் விவேக் தான் காஃபி சொல்லியிருக்கிறான். துரதிர்ஷ்டம், கொக்கரக்கோவும் அதில் ஒருவன். வந்தது நாலு பால். என்னப்பா இது, காஃபி கேட்டால் பால் தருகிறீர்கள் என்று சிப்பந்தியைக் கேட்டிருக்கிறான் கொக்கரக்கோ. “இல்லிங்க, சார்தான் காஃபி மீடியமாக் கேட்டார். இதுதான் மீடியம் காஃபி.” இது சிப்பந்தி. சார் என்பது நம் விவேக்

“டேய், பெருமாள் இவ்வளவு எழுதியும் ஏன்டா இப்படிப் பண்றே? ஏன்டா மீடியம் காஃபி கேட்டிருக்கே?”

“அது இல்லை கொக்கரக்கோ, பெருமாள்தான் எப்போது காஃபி கேட்டாலும் மீடியமாக் கேட்பாரு. அதே மாதிரி நானும் கேட்டேன்.”

அப்பாவியாய்ச் சொல்லியிருக்கிறான் விவேக். (எங்கள் திருவாரூரே இப்படித்தான் என்று சொன்னால் கேட்க மாட்டேன் என்கிறீர்களே?)

“டேய் பாவி, அவர்தான்டா மீடியமாக் குடிப்பாரு. சரி, நீயும் வேணுமானா மீடியமாக் குடி. எங்களுக்கும் ஏன்டா மீடியமா சொன்னே?”

“சரி, மாத்திக்கிறேன். இதையும் பெருமாள் கிட்ட போட்டுக் குடுத்துராதீங்க கொக்கரக்கோ. அதுக்கும் பத்து கதை எழுதிரப் போறாரு.”

நேராக ந. சிதம்பர சுப்ரமணியன் எழுதிய மண்ணில் தெரியும் வானம் நாவலுக்கு வாருங்கள். ஒன்று, அந்த நாவலின் சில பகுதிகளை உங்கள் பிள்ளைகளுக்குப் படித்துக் காண்பியுங்கள். முடியாவிட்டால், அந்நாவல் பற்றிய என் பேச்சையாவது கேட்கச் செய்யுங்கள். சமூகம் இன்னும் கொஞ்சம் உருப்படும்.

மகாத்மா அறையின் உள்ளே பெருந்தலைவர்களோடு ஒரு ஆலோசனைக் கூட்டத்தில் இருக்கிறார். யாரும் உள்ளே போய் தொந்தரவு செய்து விடாமல் வெளியே காவல் நிற்கிறான் கதை

நாயகன் இளைஞன். சில வட இந்தியப் பெருந்தனக்காரர்களின் குடும்பப் பெண்கள் வந்து மகாத்மாவைப் பார்க்க உள்ளே போக வேண்டும் என்கிறார்கள். காந்திக்கு மிக வேண்டியவர்கள். இளைஞன் உள்ளே விட மறுக்கிறான். தள்ளுமுள்ளு ஆகிறது. ஒரே சத்தம். மாலையில் மகாத்மா இளைஞனிடம் சிரித்தபடி, ”என்ன, காலையில் ஒரே பிரச்சினை போலிருக்கிறதே?” என்று கேட்கிறார். விஷயத்தை விளக்குகிறான் இளைஞன்.

காந்தி திருப்தி ஆகவில்லை. “நீங்கள் என் இடத்தில் இருந்தால் என்ன செய்திருப்பீர்கள்?” என்று கேட்கிறான் இளைஞன்.

உடனடியாகத் தரையில் படுத்து என்னைத் தாண்டிச் செல்லுங்கள் என்று சொல்லியிருப்பேன் என்கிறார் மகாத்மா. எந்த இந்தியப் பெண் ஒரு மனிதனைத் தாண்டிச் செல்வாள்?

அப்போது மகாத்மா வேறு ஒன்றும் சொன்னார். அதுதான் விவேக்கும் இன்றைய இளைஞர்களும் கற்றுக் கொள்ள வேண்டியது. ”எந்த ஒரு கோட்பாடும் தத்துவமும் ரத்தத்துக்குள் செல்ல வேண்டும். அதுவே உயிர் மூச்சாக மாற வேண்டும். அஹிம்சை என்பது உங்கள் சிந்தனைக்குள் ஊடுருவியிருந்தால் அப்படிச் செய்திருப்பீர்கள். அப்படிச் செல்லாததால்தான் ஒவ்வொன்றுக்கும் தனித்தனியாக என்னைக் கேட்டுக் கொண்டிருக்கிறீர்கள்.”

அடுத்தவருக்குப் பிரச்சினை கொடுக்கக் கூடாது என்பது நம் கோட்பாடு. அதை வைத்துக் கொண்டு ஒவ்வொன்றுக்கும் எப்படிச் செய்ய வேண்டும் என்றோ, பெருமாள் செய்வது போல் செய்ய வேண்டும் என்றோ யோசித்துக் கொண்டிருக்கக் கூடாது. காஃபி பாலாக ஆகி விடும்.

நான் மீடியம் காஃபிதான் குடிப்பேன். ஆனால் காஃபி ஹவுஸ்களில் போய் மீடியம் காஃபி கேட்க மாட்டேன். கேட்டால் இப்படித்தான் பாலாகக் கொடுப்பார்கள்.. காஃபி கடைகளில் நாம் வாயே திறக்கக் கூடாது. திறக்காமல் இருந்தால் அற்புதமான காஃபி கிடைக்கும். ஆனால் சில கடைகளில் ஸ்ட்ராங்கா மீடியமா என்று கேட்பார்கள். அங்கே வாயை மூடிக் கொண்டிருக்கக் கூடாது. மீடியம் என்று சொல்லி விட வேண்டும்.

பல சமயங்களில் நண்பர்களிடம் பார்த்திருக்கிறேன். எனக்கு நல்லது செய்கிறேன் பேர்வழி என்று ”மீடியமாக் குடுங்க” என்பார்கள்.

கடைக்காரர் பாலைக் கொடுப்பார். பலமுறை நடந்திருக்கிறது. இல்லாவிட்டால் என்ன செய்வார்கள் என்றால், நாலு காஃபி குடுங்க என்று ஆர்டர் சொல்லி, காசையும் கொடுத்து விட்டு வந்து என்னோடு அமர்ந்து கொள்வார்கள். இதில் இன்னொரு பொதுத்தன்மையையும் பார்த்திருக்கிறேன். நாங்கள் நாலு பேர் இருப்போம். இவர்தான் முந்திரிக்கொட்டை மாதிரி எழுந்து போய் காஃபி சொல்லி விட்டு வருவார். அந்த "அவர்" நூற்றுக்கு நூறு கேஸ்களில் பார்த்த அனுபவம் இது அவர்தான் அந்த நாலு பேரில் குடிக்காதவராக இருப்பார். குடியை நிறுத்தியவர் அல்ல. குடியை நிறுத்தியவர் வேறு. குடிக்காதவர் வேறு. குடியை நிறுத்தியவர் காயடிக்கப்பட்ட ஆட்டைப் போன்றவர். குடிக்காதவர் சைவ உணவுக்காரர் மாதிரி. இருவரும் ஒன்று அல்ல. மேலே கூறியவண்ணம் எனக்குக் காஃபி ஆர்டர் கொடுப்பவர்கள் அத்தனை பேரும் குடிக்காதவர்கள்.

காஃபி வரும். அது காஃபியாக இருக்காது. பானகம். சர்க்கரையை அள்ளிக் கொட்டியிருப்பார்கள். காஃபிக்கு ஆர்டர் கொடுத்த நல்லவர் - குடியைக் கையால் கூடத் தொட்டிருக்காதவர் - இது பற்றி யோசித்திருக்கவே மாட்டார். காரணம், அம்மாதிரி ஆட்கள் தம்மைத் தவிர "அடுத்தவர்" பற்றி யோசிக்கவே மாட்டார்கள். பெரும்பாலும் அவர்கள் குடிக்காதவர்களாகவும் இருக்கிறார்கள் என்பது என் அனுபவம்.

நான் அந்தப் பானக காஃபியைத் திருப்பிக் கொடுத்து விட்டு சீனி கம் என்று சொல்லி மீண்டும் வாங்கிக் குடிப்பேன். அப்போதும் அந்த நண்பர் எதுவுமே நடக்காதது போல்தான் இருப்பார். அடுத்த முறையும் முன்பு செய்தது போலவேதான் செய்வார். தான் செய்தது தப்பு என்று தெரிந்தால்தானே கற்றுக் கொள்ள முடியும்?

இந்த இடத்தில், தம்பி புதுவை இளவேனில் அலியான்ஸ் ஃப்ரேன்ஸேஸில் மேடையிலேயே வைத்துச் சொன்ன ஒரு கதை நினைவு வருகிறது. புதுவை இளவேனில் ஒரு புகைப்படக் கலைஞர். அவரை ஒரு பிரபல எழுத்தாளர் தன் இல்லத்துக்கு அழைத்திருக்கிறார். புதுவையிலிருந்து 600 கி.மீ. தூரத்தில் உள்ள ஊர் அது. இரவு முழுவதும் காரிலோ பஸ்ஸிலோ பயணம் செய்து காலையில் போய்ச் சேர்ந்திருக்கிறார் இளவேனில். அழைப்பு

மணியை அழுத்தியதும் ஒரு பணிப்பெண் வந்து எட்டிப் பார்த்து, "திண்ணையில் காத்திருங்கள்" என்று சொல்லிவிட்டுப் போகிறார். இவர் காத்திருக்கிறார். காலைக் கடன்கள் முடிக்க வேண்டும். குளிக்க வேண்டும். கடும் பசி வேறு. அரை மணி கழித்து வீட்டு அம்மணி வந்து "இருங்கள், சார் வருவார்" என்று சொல்லி விட்டுப் போகிறார். அதற்குப் பிறகு அரை மணி கழித்து, அதற்கும் மேல் பொறுக்க முடியாமல் இளவேனிலே திண்ணையில் இருந்த ஜன்னலைத் திறந்து வீட்டின் உள்ளே எட்டிப் பார்த்திருக்கிறார். பார்த்தால் ட்ரெட் மில்லில் எழுத்தாளர் பெரிய சினிமா ஹீரோ மாதிரி வேக நடை நடந்து கொண்டிருக்கிறார். இவர் எட்டிப் பார்த்ததைப் பார்த்ததும் முகத்தில் வழிந்த வியர்வையைத் தோளில் கிடந்த துண்டினால் துடைத்தபடி சந்நிதானங்கள் ஆசி வழங்குவது போல் "பொறுங்கள், வருகிறேன்" என்பது போல் கையைத் தூக்கி சைகை செய்தாராம். அப்புறம் ஒரு பதினைந்து நிமிடம் கழித்து வந்த எழுத்தாளர் இளவேனிலை மாடிக்குப் போகச் சொல்லியிருக்கிறார்.

எழுத்தாளர் ரொம்பப் பிரபலம். பெரிய புள்ளி. வீடே பங்களாதான். மாடியிலேயே விருந்தினர் அறைகள் உள்ளன. எட்டு எட்டரை போல் காலை உணவு. பெரிய மேஜை. எழுத்தாளர். அவர் புத்திரன். இளவேனில்.

நாலு விதமான சட்டினிகள் பரிமாறப்பட்டிருக்கின்றன. உள்ளங்கை சைஸில் இரண்டு இட்டிலிகள். அதன் மேல் சுடச் சுட சாம்பார். கூட, மிளகாய்ப் பொடி. இளவேனிலுக்கு ஒன்றுமே புரியவில்லை. இத்தனை விதவிதமான சட்னியையும் மிளகாய்ப் பொடியையும் சாப்பிட வேண்டுமானால் இந்த சைஸில் இருபது இட்லியாவது தேவைப்படுமே ஐயா? இரண்டே வாயில் இரண்டு இட்லியையும் முழுங்கி விட்டு தட்டில் வெறும் சட்டினியோடு அமர்ந்தபடி, எழுத்தாளரும் அவர் புதல்வரும் எப்படி அந்த இட்லிகளை அவ்வளவு சட்னியோடு சாப்பிடுகிறார்கள் என்பதை வேடிக்கை பார்க்கிறார். ஸ்பூனால் சாப்பிட்டார்களாம். வீட்டுக்கார அம்மாள் மேலும் இட்லி வைப்பார் வைப்பார் என்று காத்திருந்து விட்டு வாய் விட்டே கேட்டு விட்டாராம். முனகலாக இட்லி என்று. மேலும் ஒரு இட்லி வைத்திருக்கிறார் அம்மாள். அதோடு சரி. அதற்கு மேல் கேட்க முடியுமா ஒரு அந்நிய மனிதனால்? ஆனால் உள்ளங்கை சைஸில் மூணு இட்லி எந்த மூலைக்கு?

இந்த இடத்தில் நான் உணவருந்திய முஸ்லிம் நண்பர்களின் வீடுகளை எண்ணிப் பார்க்கிறேன். ஒரு வீட்டில் கூட அவர்கள் பரிமாறியது இல்லை. எல்லாவற்றையும் மேஜையில் வைத்து விட்டு அகன்று விடுவார்கள். நாமேதான் பரிமாறிக் கொள்ள வேண்டும். பூந்து விளையாடலாம்.

சரி, கடைசியில் பசி தணிக்க என்னதான் பண்ணினீர்கள் என்று இளவேனிலைக் கேட்டேன். எழுத்தாளரும் புதல்வரும் சாப்பிட்டு முடித்ததும், வெளியில் ஒரு வேலை இருக்கிறது என்று பொய் சொல்லி விட்டுப் போய் ஓட்டலில் சாப்பிட்டு விட்டு வந்தேன் என்றார்.

நான் கேட்ட எத்தனையோ கதைகளில் என்னால் மறக்க இயலாத ஒரு கதை இது. காரணம், மாற்றுக் கலாச்சாரம் பற்றி எதுவுமே தெரியாமல்தான் நாம் வாழ்ந்து கொண்டிருக்கிறோம். இரண்டு இட்லிக்கு மேல் சாப்பிடுவோர் பற்றி நமக்குத் தெரியவே இல்லை. இந்தக் குறிப்பிட்ட சம்பவத்தில் இரண்டு காரணங்கள். ஒன்று, எழுத்தாளர் பிராமணர். இளவேனில், அ-பிராமணர். இரண்டு, எழுத்தாளர் மேட்டுக்குடி. இந்த எழுத்தாளர் ஒரு கல்லூரியின் முதலாளியாக இருந்தால் என்ன நடக்கும்?

அதற்கும் ஒரு கதை உண்டு இவ்விடம். இரண்டு இட்லி சாப்பிடும் கலாச்சாரத்தைச் சேர்ந்த ஒரு முதலாளி நடத்தும் கல்லூரியின் ஹாஸ்டலில் இப்படித்தான் இரண்டு இரண்டு இட்லி போட்டிருக்கிறார்கள். வயதுப் பையன்களில் நிலைமை என்ன ஆகும்? சொல்லிச் சொல்லிப் பார்த்து யாரும் கேட்காமல் போக, பட்டினி தாங்க முடியாமல், ஒருநாள் பையன்கள் ஹாஸ்டலைத் தீ வைத்துக் கொளுத்தி விட்டார்கள்.

விவேக் மாதிரி ஒரு இளைஞன் அரசாங்கத்தின் செயலாளராக இருந்தால் நாடு என்ன ஆகும்? எல்லோரும் பாலை காஃபி என்று குடிப்பார்கள். ஏனென்றால், விவேக்கின் குரு பெருமாள் அப்படித்தான் குடிப்பார். என்ன விவேக் இது அநியாயம்?

அதனால் காந்தி சொன்னதைக் கேள். அதன்படி நட.

இந்த வார்த்தைகளைத் தட்டிக் கொண்டிருந்த போது ஸ்ரீராம் ஃபோன் செய்தார். இப்போது அவர் காந்தி பற்றி மனுபென் காந்தி எழுதிய நூலைப் படித்துக் கொண்டிருக்கிறாராம். காந்தியின் பல

அன்றாட நடைமுறைச் சம்பவங்கள் நான் என் நண்பர்களுக்கும் மாணவர்களுக்கும் சொல்வது போலவே இருக்கிறது என்றார். சில உதாரணங்களும் சொன்னார்.

கையெழுத்துக்கு ஐந்து ரூபாய் வசூலிப்பாராம் காந்தி. ஒரு தமிழர் போய் தமிழில் கையெழுத்துக் கேட்டிருக்கிறார். தமிழில் என்றால் பத்து என்றாராம் காந்தி. சரி என்றார் தொண்டர். கையெழுத்து போட்டாயிற்று. எப்படி இருக்கிறது? காந்தி கேட்டார். ஓ, கையெழுத்து நான் எதிர்பார்த்ததை விட மிக நன்றாக உள்ளது. இது தொண்டர். அப்படியானால் பத்து இல்லை, இருபது ரூபாய் வேண்டும் என்றாராம் மகாத்மா.

துறவி போல் வாழ்கிறேன் என்று சொல்லும் நீ எதற்குப் பணம் சேர்க்கிறாய் என்றாள் வைதேகி. நேற்று நடந்த உரையாடல்.

பயணங்களுக்காக.

ஓ. அப்படியானால் எப்படி உன்னைத் துறவி என்கிறாய்?

நான் எனக்காகப் பயணம் செய்யவில்லை. பயணம் செய்வதை எழுத்தாக மாற்றுகிறேன். இப்போது எழுதிக்கொண்டிருக்கும் வரலாற்று நாவலுக்காக நான் சில பயணங்களை மேற்கொண்டிருந்தால் நாவல் இன்னுமே சிறப்பாக வந்திருக்கும்.

விவேக்கிடம் கொக்கரக்கோ சொன்னானாம்.. நான் நீயாக இருந்தால், பெருமாள் வர வேண்டாம் என்று சொன்னாலும் போவேன். ஆனால் அவரோடு தங்காமல் அவர் தங்கியிருக்கும் அறைக்கு அடுத்த தெருவில் தங்கிக் கொண்டு அவர் நண்பர்களைப் பார்க்கும் போது அவரைப் போய்ப் பார்ப்பேன்.

அப்படியானால் 19, 20, 21 தேதிகளில் அவரை அந்த முறையில் நான் சந்திக்கவா? இது விவேக்.

ஐயா சாமி. நீ அங்கேயும் போய் எதாவது பிரச்சினை பண்ணுவாய். கொஞ்சம் விட்டுப் பிடி. அப்புறம் போய்க் கொள்ளலாம்.

விவேக், நீ சோதனையில் வென்று விட்டாய். இத்தனை எழுதியும், விமர்சனம் பண்ணியும் மனம் தளராமல் இருக்கிறாய் பார். மற்றவர்களாக இருந்தால் என்னை ஜென்ம எதிரியாக வைத்திருப்பார்கள். நீ வா. வந்து ஏதாவது பிரச்சினை கொடுத்தால் அதற்காக அஞ்சாதே. மேலும் சில கதைகள்

எழுதுவேன். படித்துத் திருந்திக் கொள். ஒன்றும் நஷ்டம் இல்லை. பல கடா மாடுகள் நான் திருந்தவே மாட்டேன் என்று அம்மாவின் முந்தானையைப் பிடித்தபடி திரிந்து கொண்டிருக்கும் சூழ்நிலையில் நீ இந்த அளவு யோசிப்பதே பெரிய விஷயம்.

★★★

சாரு நிவேதிதா

18.12.1953இல் திருவாரூர் மாவட்டத்தில் திருத்துறைப்பூண்டிக்கு அருகில் உள்ள இடும்பாவனம் என்ற ஊரில் பிறந்தார். வளர்ந்ததும் பள்ளிப் படிப்பும் நாகூரில். கல்லூரிப் படிப்பு காரைக்கால், தஞ்சாவூர், திருச்சி. கல்லூரிப் படிப்பை முடிக்கவில்லை. சென்னையில் ஒரு ஆண்டு சிறைத்துறையில் எழுத்தர் பணி. 1978இலிருந்து 1990 வரை தில்லி நிர்வாகம் - சிவில் சப்ளைஸ் துறையில் ஸ்டெனோ. பின்னர் பன்னிரண்டு ஆண்டுகள் தமிழ்நாடு அஞ்சல் துறையில் பணி. 2002இலிருந்து முழுநேர எழுத்து.

இகனாமிக் டைம்ஸ் நாளிதழின் அகில இந்தியப் பதிப்பில், 2001 - 2010 என்ற பத்தாண்டுகளின் சாதனையாளர் பட்டியலில் தமிழகத்திலிருந்து இடம் பெற்ற இரண்டு பேர்களில் ஒருவர் சாரு நிவேதிதா.

இவரது நாவல் 'ஸீரோ டிகிரி' Jan Michalski சர்வதேசப் பரிசுக்குப் பரிந்துரைக்கப்பட்டது. ஹார்ப்பர் காலின்ஸ் தொகுத்த, இந்தியாவின் ஐம்பது முக்கிய புத்தகங்களில் ஒன்றாகவும் தேர்ந்தெடுக்கப்பட்டது.

ஆங்கிலப் பத்திரிகைகளில் இவர் எழுதும் கட்டுரைகள் சர்வதேச அளவில் கவனம் பெற்றவை. லண்டனிலிருந்து வெளியாகும் PS Publication-இன் Exotic Gothic தொகுதியில் இவரது Diabolically Yours என்ற பேய்க்கதை ஆங்கிலத்தில் வெளியாகி உள்ளது. தற்சமயம் லண்டனிலிருந்து வெளிவரும் ArtReview Asia என்ற பத்திரிகையில் தொடர் கட்டுரை எழுதி வருகிறார்.

இவரது எழுத்தை ஆங்கில விமர்சகர்கள் விளதிமீர் நபக்கோவ், வில்லியம் பர்ரோஸ், கேத்தி ஆக்கர் போன்ற எழுத்தாளர்களோடு ஒப்பிடுகிறார்கள். உலகின் முக்கியமான transgressive வகை எழுத்தாளர்களில் ஒருவராகக் கருதப்படுகிறார் சாரு நிவேதிதா. தற்போது சென்னையில் வசிக்கிறார்.

ஆசிரியரின் பிற நூல்கள்

நாவல்

1. எக்ஸிஸ்டென்ஷியலிஸமும் ஃபேன்சி பனியனும்
2. ஸீரோ டிகிரி
3. ராஸ லீலா
4. காமரூப கதைகள்
5. தேகம்
6. எக்ஸைல்
7. நான்தான் ஔரங்ஸேப்...
8. அன்பு: ஒரு பின்நவீனத்துவவாதியின் மறுசீராய்வு மனு
9. பெட்டியோ

ஆங்கிலத்தில் கிடைக்கும் நூல்கள்

1. Zero Degree - Novel
2. Marginal Man - Novel
3. Morgue Keeper - Selected Short Stories
4. Unfaithfully Yours - Collection of Articles
5. Towards a Third Cinema
6. To Byzantium: A Turkey Travelogue
7. Conversations with Aurangzeb : A Novel
8. Atonin Artaud: The Body of a Rebel (Play)

சிறுகதைத் தொகுப்பு

1. கர்னாடக முரசும் நவீன தமிழ் இலக்கியத்தின் மீதான ஓர் அமைப்பியல் ஆய்வும்
2. நேநோ
3. மதுமிதா சொன்ன பாம்பு கதைகள்
4. ஷேக்ஸ்பியரின் மின்னஞ்சல் முகவரி
5. ஊரின் மிக அழகான பெண் (மொழி பெயர்ப்புச் சிறுகதைகள்)
6. முத்துக்கள் பத்து (தேர்ந்தெடுத்த சிறுகதைகள்)
7. Diabolically Yours - Exotic Gothic Vol-2 இல் வெளிவந்த சிறுகதை
8. இன்ஸ்பெக்டர் செண்பகராமனும் திருவல்லிக்கேணி டாஸ்மாக்கும்

நாடகம்

ரெண்டாம் ஆட்டம்

அந்தோனின் ஆர்த்தோ: ஒரு கிளர்ச்சிக்காரனின் உடல்

கட்டுரைத் தொகுப்பு

1. கோணல் பக்கங்கள் - பாகம் 1
2. கோணல் பக்கங்கள் - பாகம் 2
3. கோணல் பக்கங்கள் - பாகம் 3
4. கலகம் காதல் இசை
5. வாழ்வது எப்படி?
6. எனக்குக் குழந்தைகளைப் பிடிக்காது
7. தீராக் காதலி
8. கனவுகளின் மொழிபெயர்ப்பாளன்
9. கடவுளும் நானும்
10. மூடுபனிச் சாலை
11. ஆஸாதி... ஆஸாதி... ஆஸாதி...
12. தப்புத் தாளங்கள்
13. வரம்பு மீறிய பிரதிகள்
14. தாந்தேயின் சிறுத்தை
15. கடவுளும் சைத்தானும்
16. கலையும் காமமும்
17. மலாவி என்றொரு தேசம்
18. கெட்ட வார்த்தை
19. மனம் கொத்திப் பறவை
20. எங்கே உன் கடவுள்?
21. கடைசிப் பக்கங்கள்
22. பழுப்பு நிறப் பக்கங்கள் (பாகம் - 1)
23. பழுப்பு நிறப் பக்கங்கள் (பாகம் - 2)
24. பழுப்பு நிறப் பக்கங்கள் (பாகம் - 3)
25. சரசம் சல்லாபம் சாமியார்
26. வேற்றுலகவாசியின் டயரிக் குறிப்புகள்
27. நிலவு தேயாத தேசம்
28. மழையா பெய்கிறது?
29. மெதூஸாவின் மதுக்கோப்பை
30. நாடோடியின் நாட்குறிப்புகள்
31. கனவு, கேப்பச்சினோ, கொஞ்சம் சாட்டிங்... - தொகுதி - 2
32. திசை அறியும் பறவைகள்
33. வரம்
34. அ-காலம்
35. பூச்சி தொகுதி - 1
36. பூச்சி தொகுதி - 2
37. வால்ட்டேரை எப்படி நாம் கைது செய்ய முடியும்?

கவிதை

1. ஸ்மஷான் தாரா
2. சொர்க்கம், நரகம் மற்றும் ஒரு கால்ஃப் மைதானம்

சினிமா

1. லத்தீன் அமெரிக்க சினிமா - ஓர் அறிமுகம்
2. சினிமா: அலைந்து திரிபவனின் அழகியல்
3. சினிமா சினிமா
4. நரகத்திலிருந்து ஒரு குரல்
5. கனவுகளின் நடனம்
6. ஒளியின் பெருஞ்சலனம்

கேள்வி - பதில்

1. அருகில் வராதே
2. அறம் பொருள் இன்பம்

நேர்காணல்

1. ஒழுங்கின்மையின் வெறியாட்டம்
2. இச்சைகளின் இருள்வெளி (நளினி ஜமீலாவுடன் ஒரு உரையாடல்)
3. அந்நியனுடன் ஓர் உரையாடல்

இணையதளம்

www.charuonline.com
www.charunivedita.com

www.ingramcontent.com/pod-product-compliance
Lightning Source LLC
LaVergne TN
LVHW090418051026
849518LV00006B/2369